आपल्या स्नेहीजनांना पुस्तके भेट द्या

हरवलेल्या वाटा

माधवी देसाई

D9900238

मेहता पब्लिशिंग हाऊस

Email : production@mehtapublishinghouse.com
Website : www.mehtapublishinghouse.com

HARAWALELYA WATA by MADHAVI DESAI

हरवलेल्या वाटा : माधवी देसाई / कादंबरी

Email : author@mehtapublishinghouse.com

© सुरक्षित

मराठी पुस्तक प्रकाशनाचे हक्क, मेहता पब्लिशिंग हाऊस, पुणे.

प्रकाशक : सुनील अनिल मेहता, मेहता पब्लिशिंग हाऊस,
१९४१, सदाशिव पेठ, माडीवाले कॉलनी, पुणे - ४११०३०.

मुखपृष्ठ : चंद्रमोहन कुलकर्णी

प्रकाशनकाल : जुलै, १९९१ / ऑगस्ट, २००२ / मे, २०१५ /
पुनर्मुद्रण : मार्च, २०१८

P Book ISBN 9788177663358
E Book ISBN 9788184987393
E Books available on : play.google.com/store/books
www.amazon.in

माझी आई —
सौ. लीलाबाई भालजी पेंढारकर
यांना —
आदरपूर्वक

१

सर्व जामानिमा पूर्ण करून ॲडव्होकेट विजय ड्रेसिंग टेबलासमोर उभे राहिले. अंगावर हलका स्प्रे फिरवून बाटली ड्रेसिंग टेबलावर ठेवत त्यांनी आरशात पाहिलं. स्वत:च्या देखण्या, भरदार व्यक्तिमत्त्वाचा क्षणभर अभिमान वाटला त्यांना. त्यांनी घड्याळात पाहिलं. सकाळचे दहा वाजले होते. जिना उतरून ते डायनिंगरूममध्ये आले. टेबल मांडून तयार ठेवलं होतं. गणपत टेबलापाशी उभा होता. सारजानं स्वयंपाकघरात गॅसवर ठेवलेल्या तव्यावर भाकरी टाकली होती. बेसिनपाशी हात धुऊन खुर्चीवर बसेपर्यंत गणपतनं जेवण ताटात वाढलं होतं. गरम भाकरीवरून तूप ओघळत होतं.

विजयनी दीर्घ श्वास घेतला आणि भाकरीचा घास तोंडात घातला. रुचीनं ते जेवत होते. बरोबर साडेदहाला शोफरनं पोर्चमध्ये उभ्या केलेल्या गाडीत त्यांनी पाय ठेवला. पुढच्या सीटवर त्यांचे दोघं मदतनीस बसले होते.

'भाग्यवान आहेत लेकाचे! उमेदवारीच्या वयातच कारमधून चेंबरपर्यंत जायला मिळतं आहे. वकिलीची सुरुवातच मोटारीतून.' फायलींच्या ढिगांच्या बाजूला अवघडून बसलेल्या त्या दोघांना बघून विजयना त्यांचे स्वत:चे उमेदवारीचे दिवस आठवले. ती सदा पंक्चर होणारी सायकल, दमछाक करत वेळेवर पोचण्यासाठी केलेला आटापिटा, चौबळसाहेबांची करडी शिस्त व त्या शिस्तबद्ध चाकोरीत घाबरत काढलेले ते दिवस...

सारं विजयना आठवलं. आज ते शहरातले प्रथितयश वकील म्हणून ओळखले जात होते. ॲडव्होकेट विजयनी आपलं वकीलपत्र घ्यावं म्हणून माणसं धडपडत होती; विनवत होती. पण कामाच्या त्या प्रचंड व्यापात विजयना नवीन कामं

अंगावर घेणं अगदी परवडणारं नव्हतं. ज्यानं विश्वासानं वकीलपत्र आपल्याला दिलेलं असतं, त्याच्यासाठी शेवटपर्यंत निकरानं प्रयत्न करणं व यशाचं माप आपल्या अशिलाच्या पदरात टाकणं हे ते आपलं परमकर्तव्य मानत असत. आपलं काम घेऊन येणाऱ्या अशिलाच्या बोलण्यात, साक्षीपुराव्यात थोडी जरी संशयास जागा असली तरी त्याच वेळी ते वकीलपत्र घेण्याचे नाकारत. मग कितीही पैसे मिळत असले तरी त्या मोहाकडे ते पाठ फिरवत.

"अरे, आमचा धंदा खऱ्याचं खोटं व खोट्याचं खरं करण्याचा आहे हे खरं; पण शेवटी आम्हीही माणसंच आहोत. सुशिक्षित आहोत, नीतिमूल्यं अजूनी तरी कोळून प्यायलो नाही."

अशील फारच अजिजी करायला लागला तर ते स्पष्ट सांगत,

"हे असले खटले चालवणारी दुसरी माणसं खूप आहेत गावात, तिथे जा, माझा वेळ असा घेऊ नका- प्लीज."

असं म्हणून ते त्या माणसांना बाजूला सारत असत. बॅगेत पैसे भरून आणणारी माणसं चरफडत निघून जात. ॲडव्होकेट विजयनी वकीलपत्र घेतलं नाही, या घटनेनंच त्यांचा पराजय त्यांना स्पष्ट समोर दिसे.

त्यांची गाडी बाटलीवाला कॉम्प्लेक्सच्या गेटमधून आत शिरली. शोफरनं अदबीनं दार उघडलं. असिस्टंट्सनी फाइल्स, बॅगा सावरल्या. त्या भल्या मोठ्या बिल्डिंगच्या चौथ्या मजल्यावर विजयचं ऑफिस होतं. कोर्टात जायचं नसेल त्या वेळी याच ऑफिसमध्ये ते काम करत असत. कधी कधी तर रात्री बारा वाजेपर्यंतसुद्धा काम चाले.

लिफ्टनं विजयना चौथ्या मजल्यावर पोचवलं. लिफ्टच्या डाव्या बाजूस, त्यांचं ऑफिस होतं. 'ॲडव्होकेट विजयकुमार जगदाळे' -अशी चकचकीत पितळी अक्षरांची पाटी दारावर दिमाखानं झळकत होती. प्यून बगारामनं सलाम करून दरवाजा उघडला. ते आत जाताच त्यांची सेक्रेटरी कम टायपिस्ट स्टेला उठून उभी राहिली. अभिवादन करत म्हणाली,

"गुडमॉर्निंग सर."

"-मॉर्निंग."

समोरचं हलतं काचेचं दार उघडून आत जात विजय म्हणाले. त्या हलत्या दाराच्या पार्टिशननं ऑफिसचे दोन भाग झाले होते. बाहेरच्या भागात स्टेला, असिस्टंट्स व कामासाठी येणारे बसत असत. आतल्या भागात मोठे काचेचे टेबल होते. आजूबाजूच्या रॅक्सवर कायद्यांची मोठमोठी पुस्तकं नीटसपणे ठेवली होती. कोपऱ्यातल्या स्टँडवर फाइल्स होत्या. विजयनी कोट काढून हँगरवर अडकवला. उदबत्ती पेटवून कोपऱ्यातल्या चंदनी उदबत्तीघरात खोचली आणि काचेच्या मोठ्या

टेबलाजवळच्या हलत्या खुर्चीवर ते बसले. स्टेलानं एका कागदावर आजची कामं, भेटीच्या वेळा सर्व टाइप करून नोंद करून ठेवलं होतं. त्यांनी कागदावरून नजर फिरवली व टेबलावरच्या घंटीचं बटण दाबलं, आत आलेल्या बगारामला ते म्हणाले, "मुधोळकरांना पाठवून दे."

"येस सर-"

मुधोळकर समोर उभा होता. उमदा, तरतरीत, होतकरू वकील म्हणून विजय त्याच्यावर अनेक कामं सोपवत होते.

"मुधोळकर, अजून चार दिवसांनी अंजना स्टील इंडस्ट्रीजची तारीख आहे कोर्टात, त्याचे पेपर्स तयार आहेत ना?"

"होय साहेब."

तत्परतेनं स्टँडवरून अंजना स्टीलच्या केस-पेपर्सची फाइल त्यांच्यासमोर ठेवत मुधोळकर म्हणाले. स्टेलानं सर्व कागद, तारीखवाराप्रमाणं फाइलला नीट लावले होते. ॲडव्होकेट विजय त्या कागदपत्रांवरून नजर फिरवत होते.

"कामगारांच्या मागण्या योग्य आहेत. कंपनीचा गेल्या वर्षीचा नफा बघितला तर पंचवीस टक्के बोनस त्यांना मिळायलाच हवा, शिवाय या स्त्री-कामगारांना मॅटर्निटी लीव्ह बिनपगारी दिली आहे. त्या तिघींच्या पेस्लीप्स आहेत?"

"यस सर, या पाहा."

"हे सारे महिने त्यांना पगार दिला गेलाच नाही. या कंपनीला कुणी लिगल ॲडव्हायजर नाहीच की काय? डायरेक्टर बोर्डाला वाटलं की, हे सारं सहज खपून जाईल. पण या स्त्रियांना कामगार युनियनचा आधार आहे, हे त्यांच्या लक्षात नाही. शिवाय कायदा त्यांच्या पाठीमागं आहे. कायद्याचा त्यांना भक्कम आधार आहे." आपल्या समोरच्या कंपनीच्या नफ्यातोट्याच्या या कागदपत्रांत व कंपनीनं हजर केलेल्या कागदपत्रांमधल्या फरकांवर लक्ष द्या मुधोळकर. ही तफावत नोट करून ठेवा."

"त्या कंपनीच्या संपूर्ण वर्षाचा टर्नओव्हर आणि इन्कम-टॅक्सचे सर्व पेपर्स एकत्र लावलेत साहेब. पण खूप फरक आहे सर्व हिशेबात." मुधोळकर उत्साहाने म्हणाले.

"मुधोळकर लहान आहात अजूनी. खरे हिशेब असे कुणी दाखवत नसतात. त्यांनी जे आकडे दिले आहेत, त्यापेक्षा चौपट पैशांचा व्यवहार झालेला असतो, हे लक्षात घ्या."

"कारण?"

"मग कामगारांना बोनस द्यावा लागतो, टॅक्स वाढतात. म्हणून तर तोटा दाखवून बारा टक्के बोनस डिक्लेअर केला आहे. पण कामगारांनी वर्षभर भरपूर

काम केलं आहे. त्यांची २५ टक्के बोनसची मागणी कंपनीला मान्य करावीच लागेल. मला वाटतं, कामगारांची मागणी रास्त आहे व त्यांना आपण न्याय देऊ शकू. केव्हा आहे तारीख?''

''सतरा डिसेंबर.''

''ओ.के. सोळा तारखेला सर्व पेपर्सवरून पुन्हा एकदा नजर फिरवेन.''

विजयनी दुसरी फाइल उघडली. मुधोळकर उभे होते.

''मुधोळकर, या इझाबेलाच्या खटल्यावर सर्वांचं लक्ष लागलं आहे. या बाईनं आपल्या सावत्र मुलांवर पोटगीचा दावा लावलाय. तिच्या नवऱ्याच्या मृत्यूनंतर तिच्या सावत्र मुलांनी सर्व प्रॉपर्टी बळकावून घेतली आणि तिला अक्षरश: देशोधडीला लावलंय.''

''पण साहेब, खटला आपण घेतलाच कसा याचं सर्वांना नवल वाटून राहिलंय.''

''का? इझाबेला गरीब आहे म्हणून? जोवर आपण तिचा हक्क तिला मिळवून देत नाही, तोवर ती गरीबच राहणार. ती सावत्र असली तरी आई आहे त्या मुलांची. तिनंच त्यांना सांभाळलं आहे आणि वडिलांच्या मृत्यूनंतर या मुलांनी तिला घराबाहेर काढलंय. इझाबेलाच्या नवऱ्याची गोव्यातली प्रॉपर्टी नोंद केलीय ना?''

''होय साहेब.''

''ठीक आहे. मी बघतो, जा तुम्ही. आणि हे पाहा एवढ्यात कुणालाही आतमध्ये पाठवू नका. कुणीही येऊ दे. मला हे पेपर्स नीट पाहायचे आहेत. माइंड इट वेल.''

विजयनी फाइल उघडली. तसे मुधोळकर बाहेर गेले. ऑफिस पूर्ण शांत होतं. फक्त स्टेलाचा टाइपरायटर खटखटत होता. बराच वेळ गेला. ऑफिसच्या दारातून एक आधुनिक युवती आत आली. पिवळ्या रंगाच्या सिफॉन साडीची मरून किनार तिच्या बदामी डोळ्यांशी स्पर्धा करत होती. ऑफिसमध्ये येताच तिनं डोळ्यांवरचा गॉगल काढून पर्समध्ये ठेवला.

''ॲडव्होकेट विजय?'' तिनं स्टेलाला विचारलं.

''आहेत, पण कामात आहेत. आपल्याला बसावं लागेल थोडा वेळ.'' स्टेला म्हणाली.

त्या युवतीनं आपल्या मनगटी घड्याळात पाहिलं. बारा वाजले होते. दीड वाजता लंच ब्रेक संपणार होता. तिनं पर्समधून स्वत:चं कार्ड काढून स्टेलाच्या हाती दिलं.

''हे एवढं साहेबांना नेऊन द्या. मला खूप वेळ थांबता येणार नाही.''

स्टेलानं व मुधोळकरांनी एकमेकांकडे पाहिलं. थोडा वेळ कुणालाच आत

सोडायचं नाही अशी सूचना विजयनी नुकतीच दिली होती व ती मोडण्याचं धैर्य त्या दोघांनाही नव्हतं.

"सॉरी मॅडम, पण साहेब महत्त्वाच्या कामात गुंतले आहेत. तुम्हाला थांबावंच लागेल."

मुधोळकर म्हणाले.

"हे कार्ड तरी नेऊन द्या. नंतर त्यांना हवं तेव्हा बोलावतील. प्लीज-"

ती अजिजीनं म्हणाली.

"आपली ओळख आहे साहेबांशी?"

"नाही."

"मग नवीन कामं तर साहेब घेतच नाहीत. कामांचा लोड खूपच आहे. सॉरी."

तिचा चेहरा उतरून गेला. थोडा वेळ ऑफिसमध्ये शांतता पसरली. नंतर स्टेलालाच काही वाटलं आणि ती कार्ड घेऊन आतल्या केबिनमध्ये जायला उठली.

"मी कार्ड देऊन येते. पुढचं सर्व साहेब ठरवतील." जाता जाता ती म्हणाली.

"थँक्यू, थँक्यू व्हेरी मच." ती युवती कृतज्ञतेनं म्हणाली.

"सर," कार्ड टेबलावर ठेवत स्टेला म्हणाली, "एक बाई भेटायला आल्या आहेत."

"स्टेला, मी एका गुंतागुंतीच्या केसचा अभ्यास करतो आहे. आता मी कुणालाच भेटणार नाही. त्यांना सांग, आधी अपॉइंटमेंट घेऊन मगच या आणि सध्या मी नवीन कामं घेत नाही." बोलता बोलता विजयनी त्या व्हिजिटिंग कार्डवर नजर टाकली.

पांढऱ्या कार्डवर मरून रंगाची अक्षरं होती.

'डॉ. सौ. तेजस्विनी मेहेंदळे'

"सर, बाई डॉक्टर आहेत. मला वाटतं, आपण त्यांना निदान दहा मिनिटं द्यावी. त्या इझाबेलासारखा जास्ती वेळ घेणार नाहीत."

विजयनी चश्म्याच्या भिंगातून स्टेलाकडे पाहिलं. त्यांची नजर करडी बनलेली पाहून स्टेलानं मान खाली घातली.

"सॉरी सर, मी बोलायला नको होतं; पण कुणी स्त्री, तसंच कारण असल्याखेरीज ॲडव्होकेटकडे येणार नाही, असं वाटलं म्हणून बोलले." स्टेला पुटपुटली.

"डॉ. सौ. तेजस्विनी मेहेंदळे. ॲन एज्युकेटेड लेडी... स्टुपिड... मला ही केस घ्यायची नाही. मग त्यांना ताटकळत कशाला ठेवू? ओ.के. स्टेला, पाठव त्यांना." हातातलं कार्ड न्याहाळत विजय विचार करत होते...

डॉ. तेजस्विनी मेहेंदळे! काय काम असेल? बलात्कार? घटस्फोट? प्रॉपर्टीवरचा हक्क? विधवा?... विजय विचार करत होते.

"मे आय कम इन सर?"

विजयनी पाहिलं. एक देखणी, तरतरीत तरुण स्त्री त्यांना अभिवादन करत होती.

"गुडमॉर्निंग सर."

खुर्चीकडे हात दाखवत विजयनी बसायला सांगितलं.

"आय नो सर, आपण खूप कामात आहात. पण मी थोडक्यातच सांगते. मी मिसेस तेजस्विनी मेहेंदळे. 'स्त्रीरोगतज्ज्ञ'. माझं स्वत:चं छोटंसं हॉस्पिटल आहे. शिवाय के.ई.एम.मध्ये कन्सल्टिंग डॉक्टर म्हणून मी जाते."

"तुमचं कार्ड वाचलंय मी." तुटकपणे विजय म्हणाले.

"होय सर, माझं वकीलपत्र आपण घ्यावं अशी विनंती करायला आलेय मी-"

विजयच्या कपाळावर आठी उमटली. अशा व्यक्तिगत मामल्यासाठी वकील व कोर्टात धावणाऱ्या स्त्रियांचा त्यांना मनस्वी राग होता. त्यातल्या त्यात या समोर बसलेल्या, डॉक्टर म्हणवणाऱ्या, घरापेक्षा करिअर महत्त्वाची मानणाऱ्या आधुनिक स्त्रियांचा ते मनापासून तिटकारा करत. त्यांच्या अहंपणातून ज्या समस्या निर्माण होतात, त्या सामंजस्यानं सोडवण्याऐवजी या स्त्रिया कोर्टात धाव घेतात. कायद्यानं स्त्रीला जे संरक्षण दिलंय, त्याचा या फायदा घेतात. दुबळेपणा किंवा असहायता दाखवत त्या डावपेचानं वागतात असं विजयचं ठाम मत होतं. या बाईला स्पष्ट नकार द्यायला हवा, या विचारांशी ते येऊन पोचले. मधली शांतता संपायच्या आत ते म्हणाले,

"सॉरी, मॅडम माझ्यासमोर आधीच एवढी गुंतागुंतीची कामं आहेत, ती आधी मला संपवायची आहेत. त्यातून अशा घरगुती गुंतागुंतीच्या मामल्यामध्ये खूप बारीकसारीक गुंते असतात. खरी वस्तुस्थिती समजणं महत्त्वाचं असतं. ती कुणी खरी सांगत नाही आणि खोट्यासाठी लढणं मला न पटणारं आहे. मी ते कधी करीत नाही." विजयनी विषयच संपवून टाकला.

"पण सर, मी काही सांगण्याच्या आधीच खरं की खोटं हे आपण कसं ठरवलं? मी सांगेन ते खरंच सांगेन. सविस्तर सांगेन." ती आवेशानं म्हणाली.

"प्रत्येक जण खरं सांगेन असं म्हणतच खोटं सांगत असतो. तुमचं सांगणं खरं असेलही, पण ते ऐकण्याइतका वेळ माझ्याजवळ नाही. सॉरी मिसेस मेहेंदळे, या गावात अनेक नामांकित वकील आहेत, ते तुमची केस सहज घेतील." छद्मीपणे विजय म्हणाले. हे वाक्य उच्चारताना त्यांना एक सुप्त आनंद जाणवत होता.

तिनं मान खाली घातली. दोन सेकंद गेल्यावर पर्स सावरत ती सावकाशपणे उठली. तिचे डोळे पाण्यानं भरले होते.

"सर, वकीलपत्र द्यायचं आणि सल्ला घ्यायचा तर तुमचाच असं ठरवूनच मी

आलेय. तुमचा व्याप, तुमची फी याची मला कल्पना आहे. पण जर तुम्ही वकीलपत्र घेतलं तरच मी केस लढवणार; नाहीतर हार मान्य करण्याखेरीज मला गत्यंतर नाही. नमस्कार.

सर. तुमचा मोलाचा वेळ मला दिलात. आभारी आहे.''

ती जायला निघाली. दरवाजाजवळ गेल्यावर वळून ती विजयना म्हणाली, ''माझं कार्ड मी दिलंच आहे. त्यावर हॉस्पिटलचे व घरचे टेलिफोन नंबर्स आहेत. कामातून वेळ झालाच, मला काही वेळ द्यावासा वाटला तर प्लीज रिंग मी सर, मी वाट बघेन. बाय-''

ती निघून गेल्यानंतर समोरच्या हलत्या दरवाजाकडे विजय बघत होता. समोर खटाडिया कंपनीच्या फाइलचे कागद पंख्याच्या वाऱ्यानं फडफडत होते. विजयना कशाचंच भान नव्हतं.

या तेजस्विनीनं त्यांच्या बंद मनाचं कवाड असंच उघडलं होतं.

त्या मनात बंदिस्त केलेल्या अनेक आठवणी आज बाहेर येऊ पाहत होत्या-

समोरच्या कागदासारख्या, हलत्या दारासारख्या आत-बाहेर करत होत्या.

◆

२

रात्रीचे नऊ वाजले होते. आपल्या खोलीमधल्या कोपऱ्यात असलेल्या हलत्या आरामखुर्चीवर विजय बसले होते. बाजूच्या स्टँडलँपचा मंद प्रकाश हातातल्या पुस्तकावर पडला होता. समोरच्या टीपॉयवर एका ट्रेमध्ये व्हिस्कीचा ग्लास, सोडा आणि छोट्या छोट्या काचेच्या नक्षीदार भांड्यांत खारवलेले काजू, चणे ठेवले होते. आज कोर्टात खूपच काम होतं. त्या कामाचा ताण अजूनही जाणवत होता. एकदा एक काम हाती घेतलं की, पूर्ण यश मिळेपर्यंत त्याचा पाठपुरावा करणं हा विजयचा स्वभावच होता. त्यांच्याकडे येणारे अशील विजयाची पूर्ण खात्री बाळगूनच येत असत. म्हणूनच परिश्रम घेऊन, पूर्ण तयारीनंच विजय एखादं काम हाती घेत. पण आज थकवा जाणवत होता. कामगारांची बाजू घेऊन 'अंजना स्टील इंडस्ट्रीज'बरोबर जो खटला उभा राहिला होता, त्यासाठी विजयना खूप तयारी करावी लागली होती. असे अनेक खटले जरी त्यांनी यापूर्वी लढवले होते तरी आजच्यासारखा थकवा त्यांना कधी जाणवला नव्हता. हातातल्या पुस्तकातली अक्षरं दिसत होती. पण अर्थ लागत नव्हता. मद्याचा थोडा अंमल मनावर चढला होता. दररोज या वेळी याच खुर्चीवर बसून ते वेगवेगळ्या विषयांवरची पुस्तकं वाचत असत. वाचनाचा,

ज्ञानाचा हव्यास त्यांना होता. जे जे उत्कृष्ट आहे ते ते आपण समजून घ्यायला हवं; जे जे सुंदर ते ते आपण मिळवायला हवं, ते सभोवती असायला हवं, असं त्यांना वाटे. मग ते पुस्तक असो, एखादी वस्तू असो वा यश असो. परिश्रमानं ते मिळवायचंच या जिद्दीनं लहानपणापासूनच त्यांनी सर्व मिळवलं होतं. नामांकित वकील म्हणून नाव कमावलं होतं. पैसा पायाशी लोळण घेत होता. एक सुसज्ज बंगला, नोकरचाकर, समाजात मानसन्मान- सारं काही समोर हात जोडून उभं होतं. ते त्यांनी परिश्रमानं मिळवलं होतं, त्या सर्व जीवनाचा ते चवीनं उपभोग घेत होते. त्या कर्तृत्वाचा, वैभवाचा त्यांना अभिमान होता. थोडा अहंकारसुद्धा.

सारा दिवस कामात जात असे. संध्याकाळी क्लब आणि रात्री आठनंतर मात्र फक्त ही खोली, खोलीमधली ही खुर्ची, समोरचा मद्याचा ग्लास नि पुस्तकं. मन लागेल तोवर पुस्तकाचं वाचन. आपला हा दिनक्रम त्यांनी कटाक्षानं आखून घेतला होता व तो कटाक्षानं पाळला जातो आहे की नाही हे पाहणं हासुद्धा एक सुप्त आनंदाचाच भाग होता. नोकरचाकर सर्वांनाच कशी एक बंदिस्त मर्यादेची शिस्त होती व त्या करड्या शिस्तीचं बंधन ऑफिसमध्येही सर्व जण प्रामाणिकपणे पाळत असत.

विजयनी घड्याळाकडे बघितलं. दहा वाजून गेले होते. जेवणाची तयारी झाल्याची वर्दी अद्यापि गणपतकडून आली नव्हती.

''गणपत-'' शेजारच्या कॉलबेलच्या आवाजात विजयचा करडा आवाज मिसळला. गणपत पडद्याआड केव्हाचा उभा होता. मालकांची जेवणाची वेळ झालीय, हे त्याला समजलं होतं. पण आत जाऊन सांगण्याचं धाडस होत नव्हतं. सांगावं तरी रागावणार.

मी वाचतोय ते दिसत नाही, असं खेकसणार. मघापासून तो बघत होता. जेवण तयार होतं. सारजा जेवण गरम करून ताटं मांडून केव्हाची वाट बघत होती. गणपत बघत होता. आज मालकांचं पुस्तकात लक्ष नव्हतं; एकसारखी चुळबुळ सुरू होती. पेल्यात दोन वेळा व्हिस्की, सोडा ओतून घेतला होता. त्यांना हाक मारून जेवण तयार आहे असं सांगावंसं वाटत होतं. पण तो पडद्याच्या आडच उभा होता. असं सांगायला गेलं की बाईसाहेबांची काय हालत होत असे, हे त्यानं बघितलं होतं. आता पडद्याआडून खुर्चीवर बसून व्हिस्कीचे घोट घेणाऱ्या साहेबांना बघून तर त्याला बाईसाहेबांची आठवण आली. बाईसाहेब असताना अशा वेळी काय घडलं होतं ते गणपतनं पाहिलेलं होतं. म्हणूनच तो अवघडून उभा होता.

''गणपत-'' पुन्हा हाक आली.

''जी-''

''किती वाजलेत बघितलंस? मी वाचत बसलो म्हणून काय झालं? जेवणाची

वेळ झाली हे कुणी सांगायचं?

'आज तुम्ही वाचत कुठे होता?' असं म्हणायचं खरंतर गणपतच्या मनात होतं. कारण वाचनात गढून, भान हरपून गेलेले विजय त्यानं अनेकदा बघितले होते पण आज तसं नव्हतं. आज ते अस्वस्थ होते हे गणपतनं ओळखलं होतं.

सोन्यासारखी लक्ष्मी घर सोडून गेली, मग अशी तळमळ लागणारच की! आणि राजाबाबूसारखे 'डॅडी डॅडी' करणारे... हे पण गेले. घर कसं स्मशानासारखं शांत. इन मीन तीन डोसकी. मी, ती सारजा आणि हे साहेब. कसा जीव लागावा घरात?

''गणपत वाढायला घे. आलोच मी.''

''जी-''

जिना उतरून खाली जात गणपत सारजावर ओरडला, ''अगं, आण भांडी टेबलावर. भाकरी गरम आहे ना?''

गॅसच्या ओट्याला टेकून बसलेल्या सारजाचा जरा डोळा लागत होता. ती धडपडून उठली. गॅस पेटवून तवा ठेवला. पीठ मळून भाकरी थापायला सुरुवात केली.

''तू उगीच आरडू नगंस गणादा. साहेबांनी म्हटलं तरी अजूनी अर्धा तास येणार नाहीत ते. आता काय नवीन हाय? रोजचंच हाय न्हवं समदं? आता आवरायचं कवा? आनी हातरूनाला अंग लावायचं कवा?''

पिठाचा गोळा पोळपाटावर थापत सारजाची बडबड सुरू होती आणि तिचं खरंच होतं.

विजयनी पुस्तक बंद केलं, शेल्फवर ठेवलं आणि ते खोलीसमोरच्या छोट्या बाल्कनीत गेले. कठड्याला टेकून ते उभे होते. पोर्चसमोरची बाग मंद उजेडातही दिसत होती. चारी कोपऱ्यांना निऑन ट्यूब्सचे खांब होते. त्यांचा मंद प्रकाश मधल्या लॉनवर, सभोवतीच्या फुलांच्या ताटव्यावर पडला होता. मधोमध वेताच्या चार खुर्च्या व टेबल मांडून ठेवलं होतं. कडेचा लहानगा झोपाळा मागं-पुढं होत होता. ते झोपाळ्याचं हिंदकाळणं बघून विजयच्या मनातून कुठेतरी एक चीत्कार उमटला. या साऱ्या देखण्या चित्रावर एक ओरखडा निघून, चित्र विस्कटून गेल्यासारखा!

''डॅडी, झोका द्या ना!''

''नको राजा, डॅडींना त्रास नको देऊस. मी घालते.''

''नाही. डॅडी हवेत! तू तर दिवसभर असतेसच. डॅडी तर आत्ताच भेटतात. डॅडी झोका द्या.''

''शट अप. वाचतोय मी. महत्त्वाचे पेपर्स आहेत. समजत नाही? तू जा पाहू

त्याला आत घेऊन. निदान घरी तरी शांतता मिळावी इतकीच माझी अपेक्षा.''

स्वतःचेच शब्द त्या हलत्या झोपाळ्यावरून वर सरकत सरकत गॅलरीच्या कठड्याला टेकून उभे होते.

''शांतता...''

आज चारी बाजूंनी शांतता पसरली होती... नीरव शांतता. रातकिड्यांचा किरकिरणारा आवाज आणि देखण्या चित्रासारखा अनेक सुरेख वस्तूंनी सजलेला हा बंगला. हात जोडून समोर उभं असणारं ते वैभव, ते सारं बघणारे आणि भोगणारे विजय आज अस्वस्थ होते. रोज असं होत नव्हतं. कामांतून, धावपळीतून त्यांनी स्वतःच्या मनाला जणू लगाम खेचून बांधून ठेवलं होतं. वेळच नव्हता आणि विचार आलाच तर त्याला आतल्या आत मुरड घालून, ठेचून टाकण्याचं कसब गेल्या दोन वर्षांत विजयना साधलं होतं. मग आजच हे असं का झालं होतं?

हे मन असं हातून सुटायला नको आहे. माणसाचं जीवन, यश, अपयश या मनाच्या ताकदीवरच तर अवलंबून आहे. ते मन असं कमकुवत होऊन, असं सैरभैर झालं तर... तर... सारंच अवघड आहे. भावनांना आवर हा हवाच!

रेणू राजूला घेऊन घर सोडून निघून गेली. तिनं घर सोडलं त्या दिवशी सारंच संपलं.

रेणू! रेणूचं या घरातलं अस्तित्व...

राजू! राजूचा पाश-

सारं संपवूनच टाकायचं हे ठरवून तर आपण गेली दोन वर्षं काढली. ती निघून गेली. काय बिघडलं माझं? हे सारं वैभव मी कमावून आणलं; पण तिचं नशीब नाही भोगायचं. गेली निघून. जाईना! उलट, या दोन वर्षांत माझी प्रॅक्टिस वाढली. नाव मिळालं. तिच्याविनाही हे घर तसंच- तसंच का? त्यापेक्षाही जास्ती चांगलं चाललं आहे. कुणाचं काही अडत नाही कुणाशिवाय. गेली दोन वर्षं कधी भेट नाही, फोन नाही. तिकडे शेती करतेय म्हणे! करू दे. हे वैभव, जे मी मिळवून, पायाशी खेचून आणलं, ते भोगायलाही नशीब हवं.

''साहेब, जेवण...'' दरवाजातला गणपत म्हणत होता.

'मला जेवायचं नाही.' असं खरंतर विजयना म्हणायचं होतं. पण दुसऱ्याच क्षणी मनानं पलटी खाल्ली. अहंकार जागा झाला.

'का जेवायचं नाही? छे! हे तर दुबळेपणाचं लक्षण. असं होता कामा नये. भावनेवर बुद्धीनं नियंत्रण घालता आलं पाहिजे.'

''चल तू गणपत, आलोच.''

आत येताना व्हिस्कीचा उरलेला घोट त्यांनी संपवला. गणपतपाठोपाठ विजय जिना उतरू लागले. परीटघडीची चादर घातलेलं टेबल, त्यावर मधोमध ठेवलेली

फुलदाणी, गरम वाफा येणाऱ्या पदार्थांची भरलेली ताटं, स्वयंपाकघराच्या दाराआड उभी असलेली सारजा, अदबीनं जेवण वाढणारा गणपत! नॅपकिनला हात पुसून जेवायला सुरुवात करत विजयनी पहिला घास घेतला.

''वा! सारजाबाई, भाजी छान झालीये.''

ते ऐकून सारजाबाई संकोचली. खरंतर ती फ्लॉवरमटारची भाजी बाईसाहेबांनीच तिला शिकवली होती. पण त्यांच्या हाताची सर सारजाबाईंना येत नव्हती. कशी येणार? बाईसाहेबाचं सारंच करणं कसं नेटकं आणि चवदार असायचं. पण साहेबांनी कधी कौतुक केलं नव्हतं. सदैव नावं ठेवली आणि आता माझ्या या अळणी, गुळमट स्वयंपाकाला चांगलं म्हणतात. या पुरुषांचं सारंच विपरीत. गणपत, सारजा अन् जेवणारे विजय. सारा बंगला कसा शांत होता.

'याला काय घर म्हणायचं?' सारजाबाई मनात म्हणत होती. गणपतच्या मनात असेच विचार सुरू होते. विजय मन एकाग्र करून जेवण्याचा प्रयत्न करत होते. चवीनं!

जेवण झाल्यावर विजय माडीवर गेले. सारजा, गणपत आवरायला लागले. बेडरूममध्ये मोठी कॉट होती. स्वच्छ चादर, उश्या, पायाशी रजई सारं काही गणपतनं नीट करून ठेवलं होतं. निळी मच्छरदाणी कॉटवरून व्यवस्थित खोचली होती. त्या मोठ्या कॉटच्या बाजूला लहान बेबी कॉट होती. त्यावर फुलाप्राण्यांच्या प्रिंटची चादर, छोट्या उश्या होत्या.

विजयनी दिवा बंद केला. अंथरुणावर अंग टाकलं. मऊ उशीवर मान विसावली होती. अंगावर मऊ, पातळ रजई होती. गादीचा स्पर्श थकलेल्या शरीराला सुखावत होता.

आजचा दिवस तसा चांगलाच गेला होता. मग आज हे मन असं सैरभैर का?

—रेणू, राजूची आठवण?

छे! विजयनी मनाला फटकारलं.

—जे स्वत: निघून गेलेत त्यांची आठवण कशासाठी? जाऊ देत.

पण...

—पण? रेणू घर सोडून का गेली?

—तिच्या जाण्याशी आपला काहीच संबंध नाही का?

आहे की नाही?

कोणत्याही घटनेला दोन बाजू असतात. आपल्या व्यवसायात तर आपण नेहमी दोन्ही बाजूंचा उलटसुलट विचार करतो. मगच निष्कर्षाप्रत येतो. तसं न करता, खटल्याच्या संदर्भाचा पूर्ण विचारच करता येत नाही. निदान आपण असा दोन्ही बाजूंचा विचार करूनच खटला चालवतो. पुरावे, शक्यता, मधले बारीक

दुवे... आपण सारी छाननी करतो. मगच निष्कर्षाप्रत पोचतो. हे तर खरं?

मग रेणूचं घर सोडून जाणं... हा तिचा दोष खरा...

पण आपण कारणांचा विचारच का केला नाही, आजवर...

फक्त रेणूचं जाणं ही घटना आणि त्यानं दुखावलेला आपला अहंकार इतकंच सारखं कुरवाळत बसलो आहोत.

आपल्यातील या घटनांचा नक्की कोणता शेवट अपेक्षित आहे?

—रेणूनं नाक मुठीत धरून परत यावं?

—म्हणजे ती परत यायला हवी आहे.

ती रेणू... जी कधीच पहिल्या दिवसापासून आपल्याला आवडली नव्हती.

तिचा विचार आपण का करतो आहोत? आज या मनाला काय झालंय?

या सर्व विचारांनी झोप लागेनाशी झाली. रात्रीचे दोन वाजले होते. कंपोजची गोळी घ्यावी का?'

विजय उठले. कडेच्या शेल्फचा ड्रॉवर उघडताना त्यांचं लक्ष शेल्फवरच्या ब्रीफकेसकडे गेलं. सहज त्यांनी ती उघडली अन् एक छोटं कार्ड टपकन खाली पडलं. पांढऱ्या कार्डावरची मरून अक्षरं त्यांना स्पष्ट दिसली.

—'सौ. तेजस्विनी मेहेंदळे'

'सर, माझं कार्ड मी दिलंच आहे. त्यावर पत्ता आहे घरचा. ऑफिसचा टेलिफोन नंबर आहे. प्लीज सर, थोडा वेळ मिळालाच तर तो मला द्यावा. तुम्ही ही केस घ्यावी असं मला वाटतं सर, आणि तुम्ही केस घेतली नाहीच तर मला कोर्टात जायचं नाही. हार मानायचं मी ठरवलंय. येते मी.'

त्या कार्डाकडे बघत असताना त्यांना आज ऑफिसमध्ये आलेली ती स्त्री आठवली.

पाण्यानं भरलेले दोन टप्पोरे डोळे...

—'डॉ. तेजस्विनी मेहेंदळे'

ते कार्ड शेल्फवर ठेवत त्यांनी ड्रॉवर उघडून बाटली बाहेर काढली. गोळी हातावर घेतली. ग्लासभर पाणी आणि गोळी घेऊन, पुन्हा त्यांनी अंथरुणावर अंग टाकलं. डोळे घट्ट मिटून घेऊन ते झोपण्याचा प्रयत्न करत होते.

'या मनाला उद्यापासून काबूत ठेवलंच पाहिजे; जमायलाच हवं. मी ठरवलं तर काय अशक्य आहे?' असं ते मनाला बजावत होते.

'तेजस्विनी मेहेंदळे-' तिचं नेमकं काय काम असेल? अन् आपणच ते घ्यावं हा तिचा आग्रह का? इतका विश्वास तिला का वाटावा?

विचार करता करता विजयना झोपेनं घेरून टाकलं. जागे झाले, तर गणपत टीपॉयवर चहाचा ट्रे ठेवून अदबीनं म्हणत होता, "साहेब."

विजयनी डोळे उघडले. लख्ख सकाळ झाली होती. प्रसन्न मनानं विजय उठले. अस्वस्थ रात्र संपली होती. नवा दिवस समोर उभा होता. आव्हान देणारा!

◆

३

“आशूराणी, झाली का तयारी?” तेजस्विनीनं आतल्या खोलीतून विचारलं. समोरच्या ड्रेसिंग टेबलाच्या आरशासमोर उभी राहून ती साडी नीटनेटकी करत होती. घाईघाईनं तिनं केसांना पिन लावली. कुंकवाची टिकली रेखली. हातात घड्याळ बांधता बांधता तिची नजर मोठ्या घड्याळाकडे गेली. साडेआठ वाजले होते. पंधरा मिनिटांतच आशू शाळेत पोचायला हवी होती. हे सारं वेळेवर आटोपलं, तरच हॉस्पिटलचा राउंड पूर्ण करून अकरा वाजता मेडिकल असोसिएशनच्या मीटिंगला वेळेवर हजर राहता येणार होतं. तेजस्विनीला वेळेवर हजर राहणं हे खूप मोलाचं वाटत होतं. पण वेळ नेहमीच तिला अशी धावपळ करायला लावत असे.

पण समोर आलेल्या पेशंटशी नीट बोललं पाहिजे ना! त्याची मानसिक अवस्था डॉक्टरांना समजणं हे जास्ती महत्त्वाचं! शारीरिक पीडांवर अनेक उपाय आहेत; पण सर्व शारीरिक त्रासाचं मूळ कारण म्हणजे माणसाचं मन हे आहे - हा तेजस्विनीचा सर्वच पेशंट्सच्या आजारामागचा मूळ व ठाम निष्कर्ष होता व म्हणून प्रत्येक पेशंटशी ती मनमोकळं बोलायची, त्यांना बोलतं करायची. घाईघाईनं पर्स उचलताना तिला डॉ. छायाचे शब्द आठवले.

‘तेजू, अशी जर प्रत्येक पेशंटची सायकॉलॉजी समजून घेऊन तू ट्रिटमेंट देत बसलीस, तर झाऽलं; म्हातारी होशील चार दिवसांत.’

म्हातारी! इथे तरुण होते कधी? वयानं तरुण, पण मन नेहमीच थकलेलं! थकून म्हातारं झालेलं!

बाहेरच्या व्हरांड्यात आशू युनिफॉर्म, स्कूलबॅग सर्व घेऊन तयार होती. पण चेहरा मात्र रागावलेला. कोणत्याही क्षणी रडायला सुरुवात करेल असा.

“काय झालं आता?” तेजस्विनीनं विचारलं.

“बघ ना मम्मी, आज टिफीनमध्ये तू काय द्यायचं कबूल केलं होतंस?”

तेजस्विनीला आता आठवलं- काल रात्री आशूनं टिफीनमध्ये खारी पुरी आणि टोमॅटो-सॉसची मागणी केली होती. पण कामाच्या गडबडीत ती सरूबाईंना सांगायलाच विसरली होती.

“ओ. सॉरी डार्लिंग, मी विसरले सरूबाईंना सांगायला. सरूबाईंनी काय

दिलंय डब्यात?''

''वेफर्स आणि बिस्किटं. मला नकोच आज टिफीन जा-''

आशू आता रडणार होती. मग तिची समजूत घालणं, पुन्हा तिचा रडका चेहरा साफ करणं यात आता नेमकी दहा मिनिटं जाणार होती. तिला आशूचा राग आला. त्यापेक्षा स्वत:चा राग आला.

राग की दया?

एकटीनंच ही वणवण करताना अनेकदा तिला स्वत:च्याच जीवनाचा उबग यायचा. या जीवघेण्या धावपळीला कधी शेवट असणार होता की नाही, की 'डॉक्टर तेजस्विनी मेहेंदळे' ही सोनेरी साखळी गळ्यात बांधून जन्मभर हे असं धावणंच नशिबात होतं? विद्ध हरिणीसारखं?

अशा वेळी या अवस्थेत रागवायचं?

की दया करावी स्वत:ची?

तेजस्विनीनं रडणाऱ्या आशूचा हात धरला. ती सरूबाईंना म्हणाली,

''बाई, ती स्कूलबॅग आणि टिफीनबॅग गाडीत ठेवा बरं!''

शेजारी बसणाऱ्या आशूचं रडणं सुरू होतं. पण तिच्याकडे लक्ष द्यायचंच नाही, असं ठरवून तेजस्विनी शांतपणे ड्रायव्हिंग करत होती. शाळेच्या गेटमधून गाडी आत घेऊन एका बाजूला तिनं ती थांबवली. शाळेचं सारं आवार मुलांनी फुलून गेलं होतं. आवाज, गोंगाट सर्वत्र भरून गेला होता. तिनं नॅपकिन ओला करून आशूचं तोंड पुसून घेतलं. तिच्या फुगलेल्या गालाची पापी घेत ती म्हणाली,

''चला आशूराणी, शाळा आली.''

''पण मम्मी...''

''आशू, टिफीन महत्त्वाचा की शाळा?''

''पण टिनाची मम्मी किती छान खाऊ देते रोज.''

''टिनाची मम्मी डॉक्टर आहे का?''

''मग तू नको ना डॉक्टर होऊस!''

तेजस्विनी हसली. ती म्हणाली, ''उद्यापासून तुझ्याही डब्यात छान छान खाऊ देईन हं! चल, हस पाहू!''

आशू हळूहळू हसत गेली. तिचा गोरा पुरीसारखा गोल चेहरा हसता झाला. स्कूलबॅग, टिफीन घेऊन ती मुलींच्यात मिसळली. पाठमोऱ्या आशूकडे पाहताना तिचं लक्ष स्टिअरिंगवरच्या मनगटी घड्याळाकडे गेलं. नऊ वाजले होते. फडक्यांच्या घरी व्हिजिटला जायचं होतं. ती व्हिजिट वेळेवर आटोपली तरच असोसिएशनची मीटिंग ती वेळेवर अटेंड करू शकणार होती. त्यामध्येच हॉस्पिटलचा राउंड. तेजस्विनीनं गाडी रिव्हर्स घेतली. गेटबाहेर काढून तिनं ती फडक्यांच्या

घराकडे वळवली.

'मम्मी, तू नको ना डॉक्टर होऊस!' आशूचे शब्द तिला आठवले. ती मनाशी हसली.

असं ठरवल्याप्रमाणं जर जीवन जगता आलं असतं तर जगात दुःख उरलंच नसतं...

पण ठरवून आखलेल्या जीवनात यश मिळवूनसुद्धा माणसं सुखी कुठे असतात?

आणि ठरवून काहीच होत नसतं. होत जातं ते पूर्वनियोजित. कुठे, केव्हा, काय घडणार, घडावं, हे माणसाच्या हातात असतंच कुठे?

हा विचार मनात आला तशी तेजस्विनी स्वतःच दचकली. आपण चक्क दैववादी बनत चाललो आहोत का? असं तिला वाटून गेलं.

मी एक डॉक्टर!

मला मानवी शरीराची नस अन् नस परिचित आहे. मानवाचा मेंदू! तोही अगदी एक एक अंशानं मी समजून घेतला आहे. इतकं असूनही, आपण शेवटी नियतीवरच विश्वास का ठेवतो आहोत? माणसाचं शरीर अभ्यासणं सोपं आहे. पण मन? या मनाचे, विचारांचे सगळे गुंते समजून घेणं किती अवघड? स्वतःचं मन स्वतःला समजणं आधी अवघड. मग दुसऱ्याचं मन तर कधीच समजू शकणार नाही. हे शरीराचं व मनाचं अजब रसायन घेऊन वावरणारा माणूस नावाचा प्राणी समजणं, समजून घेणं तसं कठीण.

मला आणि प्रशांतला डॉक्टर व्हायचं होतं. हवी ती डॉक्टरची भूमिका मिळूनसुद्धा आपण सुखी झालो नाही.

शरीराचं रसायन काही क्षण एकरूप झालं आणि त्यामधून या आशूचा जन्म!

पण जन्म देणारे आपण दोघं... मनानं किती दूर पोचलो आहोत?

विचाराच्या भरात आपली गाडी फडक्यांच्या बंगल्यासमोर कधी पोचली ते तेजस्विनीला समजलंच नाही. आठवत होतं ते आशूचं वाक्य... ती खिन्न हसली.

—'मम्मी, तू डॉक्टर नको ना होऊस!'

गाडीतली बॅग बंगल्याच्या पोर्चमध्ये उभ्या असणाऱ्या नोकराच्या हाती देत तेजस्विनीनं खाली उतरून गाडीचा दरवाजा बंद केला.

—'आशूराणी, कुणी काय व्हायचं ते आधीच ठरलेलं असतं बेटा! आपण ते बदलू शकत नाही.'

रुसलेली आशू मनातून हलत नव्हती. सफाईदार हसू चेहऱ्यावर आणत ती आत गेली.

फडके एक गर्भश्रीमंत कुटुंब! लहान लहान गोष्टीचा खूप बाऊ करण्याची

त्यांना सवय. सध्या त्या घरात कौतुकाचा विषय होता घरातली सूनबाई! खूप वर्षांनी त्या घरात येणाऱ्या बाळजीवाच्या चाहुलीनं सारं फडके कुटुंब खूपच भारून गेलं होतं.

डॉ. तेजस्विनी येताच सारं घर तिला सामोरं आलं. सूनबाईंच्या खोलीच्या दाराशी सारे जमा झाले होते. तेजस्विनीवर त्यांचा खूपच विश्वास होता. खोलीचा दरवाजा बंद करून तेजस्विनी कॉटवर झोपलेल्या पेशंटजवळ गेली. काळजीपूर्वक तपासणी करून हसत म्हणाली, ''काळजीचं काही कारणच नाही. सर्व काही नॉर्मल आहे. अगदी सुरुवातीला हा इतका त्रास होणारच. सर्व नैसर्गिक आहे-'' कॉटवरची ती तरुणी फक्त हसली.

''आता मला सांगा, तुम्ही अशा दिवसभर झोपूनच असता का?'' तेजस्विनीनं विचारलं.

''हो.''

''पण का?''

''मला चक्कर येते ना? मग सासूबाई म्हणतात झोपूनच राहा.'' ती लाजत म्हणाली.

''आणि जेवण वगैरे?''

''इथेच आणून देतात.''

''म्हणजे संपूर्ण दिवस तुम्ही अशा झोपूनच असता? पण का?'' तेजस्विनीनं आश्चर्यानं विचारलं. ती गप्पच राहिली.

''हे पाहा, हे आजारपण नाहीच. अशा सतत झोपून राहिलात तर मात्र खरंच आजारी पडाल. सकाळी फिरायला जात जा, मोकळ्या हवेत जा; आनंदी राहा; आहार भरपूर घ्या. ही अवस्था अगदी नैसर्गिक आणि सर्व स्त्रियांना एकसारखीच आहे. ग्रामीण स्त्रिया, कामकरी स्त्रिया पाहा! नोकरीची धावपळ करणाऱ्या स्त्रिया पाहा. हा मॉर्निंग सीकनेस त्रासदायक आहे खरा; पण त्याचा खूप विचार नका करू.''

''पण सासूबाई...''

''त्यांना काळजी वाटते हे तर खरंच; पण तुम्हीच आता त्यांना काळजीतून दूर करा. तुमचं वागणं अगदी नॉर्मल असू द्या. काही झालाच त्रास तर सोसायचा. तुम्ही त्यांना सांगाल तर त्या झोपवूनच ठेवतील. मग नऊ महिने सक्तीनं झोपून राहावं लागेल आणि नंतर पाच महिने! म्हणजे दीड वर्ष फक्त झोपून राहायची तयारी आहे? नाही ना? मग चला, आपण दोघी मिळून बाहेर जाऊ. मी सांगते त्यांना. ओ.के.?''

तेजस्विनीचं बोलणं ऐकून ती तरुणी उठून बसली.

"खरंच, तुमचं बोलणं ऐकूनच मला बरं वाटतं."

"आणि त्याहीपेक्षा बरं वाटेल मोकळं फिरलात म्हणजे! सूर्योदय पाहा; सूर्यास्त पाहा; चांगली पुस्तकं वाचा; गाणी ऐका. देवदयेनं समृद्धी आहे. आपल्यासाठी उगवणारा प्रत्येक दिवस ही एक अनमोल देणगी आहे, म्हणून प्रत्येक दिवस हा आनंदानंच साजरा करायचा."

तेजस्विनीचं बोलणं ऐकून ती म्हणाली, "डॉक्टर, वयानं तुम्ही माझ्यापेक्षा खूप मोठ्या नाही. पण किती छान, प्रौढ बोलता तुम्ही? मला खूप आश्चर्य वाटतं की हे कसं मिळवलंत तुम्ही?"

"काय मिळवलं?"

"हे असे प्रौढ विचार."

"अनुभवानं माणूस शहाणा होतो. निदान व्हावा असं मला वाटतं." बॅग भरत हसत तेजस्विनी म्हणाली.

"पुन्हा भेटेन तेव्हा सांगेन. चला, जास्ती वेळ दरवाजा बंद राहिला तर बाहेरची मंडळी चिंतातुर होतील."

हसतमुखानं खोलीबाहेर पडणाऱ्या डॉक्टर तेजस्विनी व पाठोपाठ येणारी सूनबाई बघून साऱ्यांना आश्चर्याचा धक्का बसला.

"अगं, का उठलीस?"

"झोपून कशासाठी राहायचं? त्या अगदी नॉर्मल आहेत. त्यांना हिंडू-फिरू दे. रोजचं काम करू दे. खरंच, सारं नैसर्गिकच आहे. मग कशासाठी आपण त्याचा इतका विचार करीत आहोत? मी काही औषधं लिहून दिली आहेत. ती घेऊ दे. मी आणखीन पंधरा दिवसांनी येते. निघू?"

"डॉक्टर, कॉफी?"

"खरंच नको, आजचा दिवस खूपच धावपळीचा आहे. अजून हॉस्पिटलचा राउंड घ्यायचा आहे. मग एक मीटिंग! निघते. ऑल द बेस्ट!" ती सर्वांचा निरोप घेत म्हणाली.

गाडीपेक्षाही तिचे विचार वेगानं धावत होते. कधी काळी तिचं जीवनही नॉर्मल आणि नैसर्गिक रितीनंच जात होतं. ते तसंच जात राहावं म्हणून तिनं सदैव आटोकाट प्रयत्न केला होता. तडजोडी स्वीकारल्या होत्या. पण दैवानं सारंच पारडं उलटं करून टाकलं होतं. बघता बघता जीवनाचा सारीपाट उलटापालटा होऊन गेला होता. त्यावर काही काळापूर्वी विश्वासानं वावरणारी प्यादी कुठल्या कुठे फेकली गेली होती!

'माणूस असा का वागतो? त्याच्या मनाचा थांग त्याचा त्याला तरी कधी लागणार आहे का? प्रयत्नच केला नाही तर त्याचा तो स्वत:ला कधी समजूच

शकणार नाही.

'प्रशांत!'

तेजस्विनीचे विचार 'प्रशांत' या नावाशी थबकले.

प्रशांत तिचा पती, त्या आधीचा प्रियकर! अनुनय करणारा, रुंजी घालणारा, लग्नाची मागणी घालणारा!

प्रशांत!

आणि हळूहळू दुरावत गेलेला, नकळत हिंस्त्र बनत गेलेला. पदोपदी तिची मानहानी करणारा, संशय घेणारा, डॉक्टरची पदवी मिळूनही निष्क्रिय राहणारा आणि शेवटी व्यसनाधीन झालेला...

प्रशांत!

या माणसानं आपल्या जीवनात प्रचंड वादळ निर्माण केलं. पण आपलं मन नेहमी त्याचाच विचार का करतं? बरा अगर वाईट- पण सदैव आपलं मन त्याच्या विचारापासून हालत का नाही?

गाडी हॉस्पिटलच्या दारात उभी राहताच गोविंदा धावत आला. दरवाजा उघडून येणाऱ्या तेजस्विनीला नमस्कार करत त्यानं बॅग बाहेर काढली.

तेजस्विनीचं हॉस्पिटल लहानसं होतं. जनरल वॉर्डमध्ये मोजक्या बारा कॉट्स आणि स्त्री विभागात मोजक्या बाराच कॉट्स. छोटं ऑपरेशन-थिएटर, सहा स्पेशल रूम्स, नर्सेससाठी रूम, चेकअप रूम व तेजस्विनीची कन्सल्टिंग रूम. तिथेच पडदा लावून आतमध्ये मोठे टेबल, एका स्टँडवर ट्रेमध्ये तपासण्याची सर्व सामग्री, बाजूला स्वतंत्र इंजेक्शन रूम. सर्व हॉस्पिटल शांत व स्वच्छ असलंच पाहिजे. प्रत्येक नर्सनं, वॉर्डबॉयनंसुद्धा येणाऱ्या पेशंटशी अगदी हळुवारपणे बोललं पाहिजे. हा तेजस्विनीचा पहिला नियम होता.

केवळ गेल्या दोन वर्षांतच तिनं हे हॉस्पिटल नावारूपाला आणलं होतं. जनरल वॉर्डमध्ये तिचे सहकारी डॉक्टर्स आपापले पेशंट्स आणून ठेवत व ते स्वत: रोज तिथे येऊन पेशंटवर औषधोपचार करीत. स्त्री विभाग मात्र संपूर्ण तेजस्विनी सांभाळत असे. तिच्यावरच्या विश्वासानं दूर-दूरच्या उपनगरातून पेशंट्स येत असत. साऱ्या हॉस्पिटलवर तेजस्विनीची करडी नजर असे. जेवढी प्रेमळ, तेवढीच ती अत्यंत कडक होती. औषधोपचार करणं म्हणजे कुणाच्याही जिवाशी खेळ असतो. योग्य उपायांनी रोगी बरा होतो; पण थोड्याशा चुकीनं दगावतोसुद्धा आणि म्हणूनच डॉक्टर, नर्स, आया, वॉर्डबॉय यांच्यावर तिचं बारीक लक्ष असे. ती स्वत: सदैव सावध असे. म्हणून तर या गेल्या दोन वर्षांत तिच्याकडे येणारा प्रत्येक पेशंट बरा होऊनच गेला होता.

गेली दोन वर्षं स्वत: तेजस्विनी प्रचंड वादळातून वाटचाल करीत होती.

म्हणून पार उद्ध्वस्त झाली होती. पण या वास्तूत पाय ठेवला की शांतचित्त मनानं ती पेशंटशी एकरूप होई. अस्वस्थ मनातल्या कोणत्याही विचारांना या परिसरात जागा नव्हती.

सारे पेशंट्स तपासून राउंड पूर्ण झाला आणि ती स्वत:च्या रूममध्ये आली. अकरा वाजले होते. आजची मीटिंग लक्षात घेऊन कुणालाही आज तपासण्याची वेळ तिनं दिली नव्हती. आजच्या मीटिंगला जायचा तिला अजिबात उत्साह नव्हता. पण ती स्वत: मेडिकल असोसिएशनची सेक्रेटरी होती. आजच्या मीटिंगची सर्व आखणी, विषय, वेळ सर्व तिला विचारूनच ठरवलेली होती. सारे तज्ज्ञ, डॉक्टर्स येणार होते. अनेक महत्त्वाच्या विषयांवर चर्चा होणार होत्या. या असोसिएशनचा एक विभाग समाजसेवा करण्याचा होता. जिथे जिथे गरज असेल तिथे तिथे डॉक्टरांचं पथक धावून जात असे. खेड्यापाड्यांतून, मोफत औषधोपचार शिबिरं घेतली जात असत. अनेक गुंतागुंतीच्या केसेसवर या मीटिंग्जमध्ये चर्चा होई. नवे विषय समजत. या असोसिएशनचा सदस्य होणं, हा प्रत्येक डॉक्टरांच्या जीवनातला अभिमानाचा भाग बनत असे. त्या सर्वांनीच मोठ्या सन्मानानं तेजस्विनीला असोसिएशनची सेक्रेटरी बनवलं होतं. मीटिंगला जाण्यासाठी तिनं गाडी स्टार्ट केली. सेक्रेटरीपदाचा सन्मान मिळाला, त्याच दिवशी तिच्या जीवनात एक वादळ आलं होतं. तिनं सेक्रेटरीपद स्वीकारावं म्हणून विनंती करण्यासाठी आलेल्या सर्वच डॉक्टरांचा प्रशांतनं खूप अपमान केला होता. त्या दिवशीच्या त्याच्या वर्तनानं सभ्यपणाच्या साऱ्या मर्यादा ओलांडल्या होत्या. त्यामुळे तेजस्विनीच्या संसाराची लक्तरं सर्वांसमोर उघडी झाली होती. शरमेनं, दु:खानं तेजस्विनीचं मन भरून गेलं होतं. त्यानंतरच तिच्या सहनशीलतेचा अंत झाला होता.

दोन वर्षं!

दोन वर्षं झाली होती, त्या घटनेला. या गेल्या दोन वर्षांत तेजस्विनीनं हे हॉस्पिटल उभारलं होतं. तिचे धनाढ्य पेशंट्स, तिचे सहकारी डॉक्टर्स...

महेंद्रसुद्धा. महेंद्र आणि त्याचे सारे कुटुंबीय...

ते सारे जण तेजस्विनीच्या पाठीशी उभे होते. त्यांच्या आधारानंच तर ती आज उभी होती. देव एका हातानं खूप देत होता. दुसऱ्या हातानं बरंच काही काढून घेत होता. अत्यंत वाईट मन:स्थितीत आशूला घेऊन तिनं घर सोडलं होतं. तरी प्रशांतचे विचार सतत तिचा पाठलाग करत असत. मोठ्या निर्धारानं गोळा केलेली मनाची सारी शांती 'प्रशांत' या नावाजवळ येताच उद्ध्वस्त होत असे.

"गुड आफ्टरनून सर."

"गुड आफ्टरनून मॅडम."

अभिवादनं संपून मीटिंग सुरू झाली. आजची मीटिंग घेणार होते डॉ. गौतम

असरानी. एक प्रख्यात मनोविकारतज्ज्ञ. ड्रग्जच्या व्यसनांच्या आहारी गेलेल्या पेशंट्ससाठी या असोसिएशननं ठामपणे काही कामं करणं, अत्यंत महत्त्वाचं मानलं होतं.

"ड्रग्ज, चरस, गांजा, अफू, दारू या साऱ्यांचा शेवट भयानक मृत्यू आणि मृत्यूपूर्वीच्या जिवंत मरणयातना आहेत हे प्रत्येकाला माहीत आहे, तरी माणसं या भयानक विळख्यातून सुटू शकत नाहीत. या मृत्यूच्या सापळ्याकडे खेचण्याची सुरुवातीची सर्व कारणं मानसिक आहेत आणि ही मानसिक कारणं संपूर्णपणे माणसाच्या दुबळ्या मनोविकारांतून निर्माण होत असतात.

सुखी होण्यासाठी माणूस आयुष्यभर धडपडतो. सुख! केवळ दोन शब्द! पण लाखो शब्दांचा अर्थ समजणाऱ्या माणसाला केवळ 'सुख' या दोन शब्दांचा अर्थ समजत नाही. त्याचं सुख त्याच्या मनातच असतं. पण अर्थ न समजल्यानं, मन सैरभैर बनतं. मन सैरभैर होणं हे मनोविकृतीचं पहिलं लक्षण आहे. मी सुखी नाही या भावनेनं माणूस दुःखी होतो, निराश होतो, संतापी होतो, बेताल होतो आणि या सर्व भावनांचा आवेग असह्य होऊन व्यसनाधीन होतो. खोटी कारणं देत, खोटं समाधान करीत राहतो.

म्हणून या सर्व भयानक प्रलोभनापासून पेशंटला वाचवायचं असेल तर प्रथम त्याला समजून घ्या; त्याच्या कुटुंबाची रचना समजून घ्या. मनात पडलेली लहानगी ठिणगीसुद्धा माणसाला पार संपवून टाकते! उद्यापासून सात दिवस आपण वेगवेगळ्या ठिकाणी या व्यसनाधीनतेविरुद्ध मोहीम उघडत आहोत. या अवस्थेतला प्रत्येक रुग्ण खूप नाजूक मनःस्थितीत असतो. प्रत्येक जण हेच सांगत असतो की मी व्यसनाधीन नाही. बट ट्रीट हिम ॲज अ चाइल्ड! हॅण्डल द केस डेलिकेटली, आय वुइश यू ऑल सक्सेस. थँक्यू."

डॉ. गौतम जवळजवळ तासभर बोलत होते. त्यांचं भाषण संपलं. सर्व जण टाळ्या वाजवत होते. डॉ. मेहरा आभार मानायला उभे राहिले. पण तेजस्विनी डॉ. गौतमांच्या भाषणाचा विचार करीत होती.

'व्यसनाधीन माणसाच्या व्यसनाचा उगम त्याच्या मानसिक दुर्बलतेतून होतो.
बट ट्रीट हिम ॲज अ चाइल्ड,
प्लीज हॅण्डल द केस डेलिकेटली.
त्याची मानसिक अवस्था समजावून घ्या.
त्याची कुटुंबव्यवस्था...'

हे डॉक्टरांचे शब्द पुनःपुन्हा ती मनातून घोळवत होती. तिच्या नजरेसमोर हळूहळू व्यसनाकडे ओढला जाणारा प्रशांत उभा होता. ती स्वतः एक डॉक्टर होती. प्रत्येक पेशंटला ती त्याची मानसिक अवस्था ओळखूनच त्यावर उपाययोजना करत

होती. शारीरिक आजारांचा उगम त्याच्या मनातून सुरू होतो हे तिला माहीत होतं.

हॉस्पिटलमध्ये नोकरी करून, थकून आल्यानंतर घरी येऊन, झिंगलेल्या प्रशांतला तिनं अनेकदा आपल्या हातानं भरवलं होतं. त्याचे कपडे बदलले होते. त्याच्या शरीराचा भार तोलत तिनं त्याला कॉटवर नेऊन झोपवलं होतं. दुर्गंधीनं भरलेले त्याचे कपडे बदलून, ओदी कोलन घालून, पाण्यानं त्याला स्पंज केलं होतं. दारूचा न सोसवणारा दर्प रात्रभर सोसत, एकाच कॉटवर तिनं सर्व रात्र तळमळून काढली होती. त्याच्या व्यसनाची कारणं समजून घेण्यासाठी आईच्या मायेनं, त्याच्या अंतरंगात शिरण्याचा प्रयत्न केला होता. त्याला बरं वाटावं म्हणून रजा घेऊन प्रवास केले होते. नेपाळ, सिमला, नैनिताल, दार्जिलिंग- सगळीकडे त्याला घेऊन ती फिरली होती. त्याचं मन रिझवण्याचा अतोनात प्रयत्न केला होता. वेळीअवेळी, म्हणेल त्या वेळी त्याच्या मर्जीनुसार आपलं शरीर त्याच्यापुढं फेकलं होतं. केवळ तिच्यावरचा अधिकार शाबीत करण्यासाठीच आणि सूड उगवण्याच्या भावनेनं त्यानं हिंस्त्र पशूसारखे तिच्या शरीराचे जे लचके तोडले होते, त्या वेळी आपलं मन, दुखरं शरीर आणि रक्तबंबाळ झालेलं मन स्वत:च सावरलं होतं. घट्ट, बंद ओठांनी सारं दु:ख आतच गिळून, चेहऱ्यावरचा हसरा मुखवटा कधीच ढळू दिला नव्हता.

'ट्रीट हिम अॅज अ चाइल्ड... हॅण्डल हिम डेलिकेटली.'

डॉ. गौतमांच्या शब्दांनी तेजस्विनीला प्रशांतची ही सारी रूपं आठवून गेली. तिच्या शांत चेहऱ्यावर काळ्या ढगानं सावली धरावी, तशी विषण्णता पसरली. मीटिंग आटोपून सारे डॉक्टर लंचसाठी उठले. तेजस्विनी मात्र विचारात हरवून बसूनच राहिली. डॉ. मेहरांचे तिच्याकडे लक्ष गेले. तेजस्विनीला ते तिच्या विद्यार्थिदशेपासून ओळखत होते. डॉ. मेहरा सीनिअर डॉक्टर होते. त्यांना तेजस्विनीच्या मनातला सल माहीत होता. डॉ. प्रशांत आणि डॉ. तेजस्विनी दोघांनाही ते ओळखत होते. त्या दोघांच्या लग्नाला डॉक्टर आवर्जून गेले होते. तेजस्विनीला असं उदास बसलेलं बघून डॉ. मेहराच तिच्याजवळ गेले. त्यांना बघून तेजस्विनी गडबडीनं उठली.

''येस डॉक्टर?''

''चल ना जेवणासाठी. बघ सारे कसे गडबड करताहेत! कम ऑन. लेट्स जॉईन देम.'' तेजस्विनीच्या हातात हात घालून डायनिंग हॉलकडे जाता जाता डॉक्टर मेहरा म्हणाले,

''तेजू, आय नो. डॉक्टर गौतमांचं भाषण सुरू असताना, मी सर्वांना बघत होतो. तुझ्या मनात कोणते विचार येत असतील त्या वेळी, हे मी कल्पनेने समजू शकत होतो. तू संकटांशी खूप जबरदस्त सामना दिला आहेस. ब्रेव्ह गर्ल! मला तुझ्याबद्दल वाईट वाटतंच; पण त्यापेक्षाही मला दु:ख होतं डॉक्टर प्रशांतबद्दल.

एक हुशार डॉक्टर. एक डॉक्टर वाया जाणं हे खूपच दुःखाचं आहे. आपण हे जे शिक्षण घेतो तेव्हा निव्वळ पैसा मिळवून मोठा डॉक्टर होणं हे ध्येय समोर नसतंच. मानवी मन, शरीर यांचं ज्ञान झालेली आपण जबाबदार सन्माननीय पेशामधली माणसं असतो. समाजाचं ऋण मान्य करूनच आपण पदवी संपादन करत असतो. तो एक जबाबदार डॉक्टर प्रशांत आज असा व्यसनाधीन झाला, हे माझं दुःख!''

''डॉक्टर, आपण माझ्यावर विश्वास ठेवा. त्यांना या व्यसनातून मुक्त करण्यासाठी मी आटोकाट प्रयत्न केला, पण मला उपाय सापडला नाही. कारणच समजलं नाही, तर उपाय कसा शोधणार?'' तेजस्विनी उदासपणे म्हणाली. ''डॉक्टर, प्रशांतचं आजचं वागणं मला खरोखरच समजेनासं झालं आहे. किती हुशार, उमदा होता, तो स्वभावानं! उच्चांकाला भिडण्याची एक जबरदस्त जिद्द होती त्याला, त्या जिद्दीचंच मला कौतुक होतं. पण पाहा ना डॉक्टर, तोच प्रशांत आज दुसऱ्या टोकाला जाऊन पोचला आहे. शिक्षण पूर्ण झालं. डॅडींचा दवाखाना आपसूक मिळाला, तसा प्रशांत बदलला. असा माणूस आमूलाग्र बदलतो कसा, डॉक्टर? तो इतका अल्पसंतुष्ट झालाच कसा, हे मला न सुटणारं कोडं झालंय. रात्रंदिवस मी विचार करतेय. उत्तर शोधण्यात दमछाक होतेय माझी.''

डॉ. मेहरा आणि तेजस्विनी डायनिंग हॉलच्या कोपऱ्यातल्या खिडकीजवळ उभे होते. मोकळ्या खिडकीतून समोरच्या रस्त्यावरून भरून वाहणारे माणसांचे, गाड्यांचे, बसेसचे लोंढे दिसत होते. त्यानंतर फुटपाथला टेकून उभी असलेली अर्धी भिंत आणि त्यापलीकडे दुपारच्या उन्हाने थकलेला समुद्र. शांत, श्रांत असा! निळंभोर पाणी उन्हात चमकत होतं.

डॉ. मेहरा म्हणाले, ''कारण नसेल, तर उपाय तू तरी कसा शोधणार? तुझ्या आणि प्रशांतच्या जीवनावर मी खूप विचार केला आहे. प्रशांत एक डॉक्टर खरा, पण त्या आधी तो एक पुरुष आणि एक नवरा आहे. या दुसऱ्या रूपानंच तर डॉक्टर प्रशांतला पार संपवून टाकला.''

''म्हणजे?''

''तेजस्विनी, लग्नाआधीपासून, तुम्ही दोघं एकमेकांना ओळखत होता. एकत्र शिक्षण घेता घेता जीवनसाथी होण्याचं स्वप्न बघत होता. पण ते स्वप्न वास्तवात उतरलं, तेव्हा नेमकं काय घडलं?''

''काय?''

''तू त्याच्यापेक्षाही यशस्वी डॉक्टर होऊ शकशील, हे ध्यानात येताच त्यानं तुला पुढं शिकण्यास विरोध केला. करेक्ट?'' डॉक्टरनी विचारलं.

''हो, पण का? आम्ही दोघं एकत्रच काम करणार होतो. यात स्पर्धेचा प्रश्न आला कुठे?'' तेजस्विनीनं विचारलं.

''स्पर्धा तुझ्या मनात नव्हती. पण ही उच्चांकाची जिद्द बाळगणारी माणसं नेहमी सावध असतात. त्यात तू त्याची पत्नी... तेजू, मीही एक डॉक्टरच आहे. पुरुष आहे. पण माझी पत्नी डॉक्टर नाही. ती डॉक्टर असती तर, हुशार असती तर कदाचित... कदाचित मीही प्रशांतसारखाच वागलो असतो.'' डॉ. मेहरा म्हणाले.

''नाही डॉक्टर. तुम्ही असे वागला नसता.'' तेजस्विनी हसून उत्तरली.

''वेडी आहेस तेजू. माणसाला आदर्श विचार आवडतात. मुळात प्रत्येक माणूस हा चांगलाच असतो. पण जोवर त्याचं अस्तित्व धोक्यात येत नाही तोवरच! जर त्याचं अस्तित्व संपण्याची वेळ आली, तर तो सर्वांत प्रथम स्वत:ला वाचवतो. आदर्श, कर्तव्य हे सारं त्यानंतर. तू त्याची पत्नी. पण त्याची असिस्टंट असणं हेच त्याला पसंत होतं. 'डॅडींच्या दवाखान्यात आपण दोघं काम करू' असं तो तुला सांगत होता. त्याचा अर्थ दुसरा काय होता? पण तू शिकण्याचंच ठरवलंस. इथे त्याचा अहंकार दुखावला आणि या एका विकाराच्या अधीन जात जात, डॉ. प्रशांतचा सारा तोलच ढासळला. माणसाचं मन समजणं खूप अवघड आहे, तेजस्विनी.''

डॉ. मेहरा आणि तेजस्विनी जिना उतरत होते.

''पण प्रशांतनं, हे सगळं मला कधीतरी सांगायला हवं होतं ना डॉक्टर? इतकं प्रेम करणारा प्रशांत, द्वेषाच्या या टोकालाही जाऊ शकेल, हे मला कसं समजावं सर?'' तेजस्विनी दु:खानं म्हणाली.

डॉक्टर म्हणाले, ''तेजू, तू माझी विद्यार्थिनी खरी! पण तू जेवढी लोकांना आपलंसं करू शकलीस, तेवढं मला कधीच जमलं नाही. ऑपरेशन थिएटरमध्ये तुझ्या हातांची कुशलता, तुझा हातगुण, तुझ्यावरचा पेशंटचा विश्वास हे सारं बघून मी थक्क होतो. मला तुझा अभिमान वाटतो. कारण तू माझी विद्यार्थिनी आहेस; पण कधी कधी दु:ख वाटतं. कारण, खरंच स्त्रीला इतकी बुद्धिमत्ता असू नये, निदान या देशात!''

डॉ. मेहरा आणि तेजस्विनी बोलत बोलत डायनिंग-हॉलमध्ये आले. जेवणाच्या टेबलापाशी, जेवणाऱ्या सर्वांचे बोलण्याचे विषय वेगवेगळे होते.

हॉस्पिटलमधून घरी पोचेपर्यंत रात्रीचे दहा वाजले होते. दुपारची मीटिंग आटोपून ती दवाखान्यात पोचली, तोवर डिलिव्हरीची एक केस आली होती. सारी दुपार, संध्याकाळ त्या एका पेशंटसाठी हॉस्पिटलमध्ये थांबावं लागलं होतं. थकलेली तेजस्विनी घरी जायला निघाली तेव्हा आज सकाळी शाळेत जाताना रुसलेली आशू नजरेसमोर आली.

''सरूबाई, आशू जेवली?''

"शाळेतून आली तेच ताप घेऊन. नुसतं गरम दूध दिलं. यातलं औषध दिलं दोन चमचे."

"अगं, फोन करायचास?" पण सरूबाईनं फोन केला तरी आपण पेशंट टाकून येऊ शकलो नसतो याची तेजस्विनीला जाणीव होती. खोलीत जाऊन, तिनं आशूच्या कपाळाला हात लावून बघितलं. औषधानं ताप उतरला होता. तिच्या हाताचा स्पर्श ओळखून आशूनं डोळे उघडले. तिच्या डोळ्यांतून पाणी वाहत होतं.

"मम्मी, मम्मी गं!"

"ओ, राणी."

तिला थोपटून झोपवत तेजस्विनी बसून राहिली. थोड्या वेळानं स्वच्छ अंघोळ करून, हाउसकोट चढवून, तेजस्विनी कॉटलगतच्या आरामखुर्चीवर विसावली. साऱ्या दिवसात मनातल्या विचारांनी केवढा प्रवास केला होता. वेगळी माणसं, वेगळे प्रसंग पण सर्व वेळ मन या विलक्षण कोंडीतच सापडलेलं होतं. आशू... प्रशांत!

आज डॉ. मेहरा म्हणाले होते की, तेजस्विनीबद्दल वाटणाऱ्या प्रचंड असूयेपोटीच, प्रशांत असा क्रूर, कठोर बनला होता. प्रत्यक्ष पत्नीबद्दल असूया? पण आपण तर त्याच्यासाठी सर्व तडजोडी करायला तयार होतो. सारा जन्म त्यानं आणि आपण एकत्र काम करायचं ठरलं होतं.

सोबतीनं, सहकार्यानं.

पण आपण काम न करता फक्त डिग्री मिळवावी, असं वाटेपर्यंत प्रशांत बदलला! स्वत:ही नाउमेद झाला! व्यसनाधीनता बळावली.

'स्त्रीला बुद्धिमत्ता असू नये, निदान या देशात तरी-' असं डॉ. मेहरा का म्हणाले? या दोन वर्षांत जरा स्थिरावत आहोत, तोवर प्रशांतनं आशूचा ताबा कोर्टातून मागितला होता. घटस्फोट मागितला होता. आशूचा पिता या नात्यानं त्याला आशूची काळजी वाटत होती. तेजस्विनी सतत बाहेर राहत असल्यानं मुलीची देखभाल नीट होणार नाही अशी त्याला भीती वाटत असल्याचं त्यानं नोटिशीमध्ये स्पष्टपणे म्हटलं होतं. तेजस्विनी विचार करत होती... 'खरंच आशूकडे आपलं दुर्लक्ष तर होत नाही?'

कदाचित असेलही नकळत- पण त्यावर तिला प्रशांतकडे पाठवणं हा उपाय नव्हे. ज्याला स्वत:चीच काळजी घेता येत नाही... मग यावर उपाय? वकिलांचा सल्ला हवा.

ॲडव्होकेट विजय यांची तिला आठवण आली. त्यांनी केस घेतली तरच काही मार्ग निघणार होता. त्यांनी तर स्वच्छ नकार दिला होता. उद्या फोन करावा...

तेजस्विनी मंद दिव्याच्या उजेडात शांत बसून होती. कधी कधी अनेक घटनांची

संगतीच लागत नाही.

अनेक गुंत्यांची मुळी उकलच होत नाही!

अशा वेळी नेमकं काय करावं ते सुचत नाही. अशाच अवघड घटनेला तेजस्विनी आज सामोरी जात होती.

◆

४

"बाबा, देव तुजे बरे करो. तू अशीलो म्हून काम मजेसारके जाले. ना जाल्यार मजे पूत माका रस्त्यार हाडून दवरताले अशीले. वकीलसाहेब, तुमचे खूप उपकार झाले माझ्यावर. कसे उपकार फेडू तुमचे?"

म्हातारी गोवानीज इझाबेला पुन:पुन्हा म्हणत होती. इझाबेलाचा खटला आज ॲडव्होकेट विजयनी जिंकला होता. तीन मुलांचा बाप असणाऱ्या फ्रेडरिक गामानं इझाबेलाशी पंधरा वर्षांपूर्वी लग्न केलं होतं, त्या वेळी त्याची तिन्ही मुलं लहान होती. इझाबेलानं या तिन्ही मुलांचं संगोपन प्रेमानं केलं होतं. तिच्या आधारानंच फ्रेडरिकनं उद्योगधंदा वाढवला होता. शेती घेतली होती; मोठं घर बांधलं होतं; मुलं मोठी होत होती आणि अचानक किरकोळ आजारानं फ्रेडरिक मरण पावला. घराचं उडणारं छप्पर सावरण्याचा इझाबेलानं आटोकाट प्रयत्न केला होता. बापाच्या मृत्यूनंतर त्याचा सारा उद्योगधंदा, घर, शेतीवाडी, पैसा दिसला तशी तिन्ही मुलं एक झाली होती. इझाबेलाला त्यांनी घरातून हाकलून दिलं होतं. पंधरा वर्षं संसार करणाऱ्या, मुलांच्या खस्ता काढणाऱ्या इझाबेलाचं लग्नच मुलांनी अमान्य केलं होतं. मुलांनी अचानक घेतलेल्या या पवित्र्यानं इझाबेला हादरून गेली होती. मुंबईत शिक्षिकेचं काम करणाऱ्या तिच्या बहिणीकडे- मार्टिनाकडे ती आली होती. नुकताच मरून गेलेला फ्रेडरिक आणि तिचं गोव्यातलं घर, प्रेमानं वाढवलेल्या मुलांचं धक्का देणारं वागणं हे सर्व आठवून ती रडत असे. मुलांच्या या आक्रमक, आडमुठ्या वागण्यानं ती दु:ख करत होती. ती जरी सावत्र मुलं असली तरी जणू तिचीच मुलं होती. तिच्या फ्रेडरिकची मुलं! धाकटा रॉकी तर तिच्या अंगाखांद्यावरच वाढलेला असा अचानक बदलला कसा? आपलं प्रेम तो विसरला की स्वार्थानं तो आंधळा झाला, ते समजत नव्हतं. आपली आई, मुंबईत कसे दिवस काढत असेल, याची मुलांनी कधी चौकशीही केली नव्हती. उलट इझाबेला माय घरातून गेली यात त्यांना आनंदच वाटत होता.

आज खटला जिंकल्यानंतर आपल्यासमोर टिपं गाळत बसलेली इझाबेला

आणि तिची बहीण मार्टिना यांना बघून ॲडव्होकेट विजयना प्रथम आपल्या ऑफिसात आलेली इझाबेला आठवली. मार्टिना राजूची- विजयच्या मुलाची शिक्षिका होती. तिनंच गोव्याहून आलेल्या या दु:खी बहिणीला इझाबेलाला विजयकडे आणलं होतं.

"सर, ही माझी बहीण गोव्याहून आल्यापासून रडते आहे. त्या फ्रेडरिकशी लग्न करू नकोस, असं मी तिला पूर्वीपासून सांगत होते. तीन मुलांचा बाप- वयानं मोठा आणि मला वाटली ती भीती खरीच ठरली. मुलं लहान होती. त्यांना आईची गरज होती. आता गरज संपली आणि फेकली हिला रस्त्यावर! आता सांगा सर, हिनं कुठे जावं?" मार्टिना रागानं बोलत होती. "त्यापेक्षा सर, ती लग्नाची बायको आहे. फ्रेडरिकनं आणि तिनं पंधरा वर्षं संसार केला आहे. त्या मुलांनी या आपल्या आईला, असं पार बेवारशी करावं? तुमच्या कायद्यात काहीतरी सांगितलं असलेच ना सर?"

विजय त्या दोघी बहिणींना बघत होते. किती विश्वासानं इझाबेला मार्टिनाकडे आली होती आणि मार्टिना विजयकडे! राजूला घेऊन रेणू घर सोडून निघून गेली होती, पण मार्टिना विजयकडे- राजूच्या डॅडींकडे- एक मोठा वकील म्हणून आली होती. अशा लहानसहान खटल्यांमध्ये विजय लक्ष घालत नसे. म्हणूनच जेव्हा इझाबेलाचं वकीलपत्र विजयनी स्वीकारलं, तेव्हा सर्वांनाच आश्चर्य वाटलं होतं. आभा- विजयची मैत्रीण, सहाध्यायी, एक प्रथितयश स्त्री वकील. ही बातमी ऐकताच तिनं चेष्टाच केली होती.

"इझाबेलाचं वय नक्की पन्नासच आहे ना?" असा खोचक प्रश्नही केला होता.

पहिल्या दिवशीच आलेल्या इझाबेलाला विजयनं प्रश्न केला होता, "फ्रेडरिकनं काही लिहून ठेवलं आहे का? मृत्युपत्र म्हणतात असं? वुईल?"

"दुवॉसांव म्हणतात गोव्यात-" मार्टिना म्हणाली. तशी इझाबेला रडायला लागली,

"साहेब, माझा फ्रेडरिक वयानं मोठा होता. पण शरीरानं दणकट. असं मरण कधी येईल याची काय कल्पना? आणि साहेब, त्याला लिहावाचायला येत नव्हतं. माडाची दारू काढणारा रेंदेर तो. हळूहळू त्यानं सायलीची झाडं विकत घेतली. फर्निचर बनवायला लागला. कधीतरी पूर्वी एकदा तो पोर्तुगाललाही जाऊन आला होता. त्याच्या मनात तिथली घरं, तिथलं फर्निचर भरलं होतं. ते आठवूनच सुतारांना डिझाईन समजून सांगायचा. माझं गोव्याचं घर बघा साहेब कसं सुंदर- अगदी साहेबाचं घर असावं, तसं ठेवलं होतं फ्रेडरिकनं.

'फ्रेडरिक फर्निचरवाला' असंच त्याला सगळे म्हणायचे."

घराच्या आणि फ्रेडरिकच्या आठवणीनं तिला रडू फुटलं होतं.

"आता माझं घर कुठलं ते? माझी मुलं, माझा रॉकी, असा बदलला कसा

साहेब? माझ्या हातची पेज जेवल्याशिवाय त्याचं पोट भरत नव्हतं. तो माझा रॉकी माझा आल्फान्जो...'' इझाबेलाला मुलांच्या आठवणीनं रडू येत होतं.

''साहेब, घरदार सगळं त्यांचंच आहे. मला काय करायचं ते घेऊन? ती माझीच मुलं आहेत. पण माझं प्रेम त्यांना समजलं कसं नाही? मी सावत्र आई असं त्यांना वाटलंच कसं?''

इझाबेलाच्या कहाणीतून एक एक धागा उलगडत होता. तिचा हक्क जो मुलांनी डावलला होता, बळकावला होता, तो कायद्यानं तिला मिळवून देणं सहज शक्य होतं. तिला न्याय मिळवून देणं आवश्यक होतं. म्हणून विजयनी तिचं वकीलपत्र स्वीकारलं होतं. तिच्या नवऱ्याच्या साऱ्या मिळकतीची संपूर्ण माहिती गोव्यातून गोळा केली होती. त्यासाठी भरपूर वेळ आणि पैसेही खर्च झाले होते. आणि शेवटी आज त्या खटल्याचा निकाल लागून सर्व निकाल इझाबेलाच्या बाजूनं लागला होता. तिच्या सावत्र मुलांना तिचा हक्क मानावा लागला होता. कायद्यानं समज दिली गेल्यावर, मुलं नरम झाली होती.

इझाबेला आता मुलांसोबत गोव्याला जाणार होती. आज कोर्टात तिचे तिघं मुलगे विजयनी पाहिले होते. उंचेपुरे, भरदार अंगबांध्याचे ते तीन तरुण मुलगे आणि त्यांची आई इझाबेला. हा खटला गाजला होता.

ॲडव्होकेट विजयचा निरोप घेण्यासाठी आज इझाबेला मार्टिनासोबत त्यांच्या ऑफिसमध्ये आली होती. पुन:पुन्हा आभार मानत होती. रडत होती. ॲडव्होकेटसाहेबांच्या टेबलावर एक छोटे पार्सल ठेवून ती म्हणाली,

''साहेब, यात एक साडी आहे बाईसाहेबांसाठी आणि स्प्रे आहे तुमच्यासाठी-'' विजय म्हाताऱ्या इझाबेलाकडे बघत होते. कायद्यानं आज तिचा हक्क तिला मिळवून दिला होता. पण कायद्यानं भावना निर्माण होत नसतात याची जाणीव विजयना होती. म्हणून त्यांनी इझाबेलाला विचारलं, ''इझाबेला, तू मुलांना भेटलीस? तुमचं काही बोलणं झालं का? तू मुलांसोबत जाणार आहेस?''

''होय साहेब.'' इझाबेला आनंदानं म्हणाली.

''काल ते तिघं आले होते ना मला भेटायला. धाकटा रॉकी तर गळ्यात पडून रडतच होता. चुकलं म्हणून दहा वेळा म्हणाला. माझी पोरं गुणी आहेत साहेब पण फ्रेडरिक मेल्यावर, कधी नव्हे तो पैसा दिसला आणि डोकी फिरली त्यांची. लहानपणापासून मी त्यांना चर्चमध्ये घेऊन जायची. फादर किती किती चांगल्या गोष्टी शिकवायचा, पण पैशाची धुंदीच वाईट. पण बरं झालं साहेब; आता नीट वागतील. तुम्हाला भेटायला चला, असं म्हणत होते मी. पण त्यांना लाज वाटत होती म्हणून मीच आले. उद्या जाणार मी साहेब, या आमच्या गोव्यात स्वर्ग आहे स्वर्ग.''

''मार्टिना, तू जाते आहेस ना? तिच्यासोबत जा. पोचवून ये. त्या मुलांना सांग, म्हाताऱ्या जीवाला असं अकारण दुखवू नका.'' आपल्या बोलण्याचं विजयनाच नवल वाटत होतं. खरंतर हा त्यांचा स्वभाव नव्हता. खरंतर काम संपलं की अशिलाचा संबंध संपे. पण आज मात्र आपला आवाज असा भरून का यावा, ते समजत नव्हतं, या खटल्यासाठी इतके परिश्रम आपण का घेतले? इतका वेळ का खर्च केला?

त्यांचा त्यांनाच उलगडा होत नव्हता. मनातून यशाचं जे समाधान पसरलं होतं, ते परिचित होतं. यापूर्वी असे अनेक खटले त्यांनी जिंकले होते. यश भरभरून उपभोगलं होतं. पण अशी बेचैनी मात्र यापूर्वी कधी अनुभवली नव्हती...

मग हे सगळं काय घडत होतं याचा त्यांना उलगडाच होत नव्हता. मनात विचारांचा गोंधळ उडाला होता. यशाचं समाधान होतंच, पण ही अकारण बेचैनी का?

म्हातारी इझाबेला पुन:पुन्हा आभार मानत होती. गोव्यात आपल्या घरी येण्याचं आमंत्रण देत होती. मार्टिना मात्र गंभीरपणानं ते सारं पाहत होती. विजयशी हस्तांदोलन करून इझाबेला बाहेर गेली, तरी मार्टिना ऑफिसमध्येच थांबली होती.

''सर, एक प्रश्न विचारू का?''

''विचारा ना!''

''राजू? राजू कुठे आहे? तुमचा मुलगा? अचानक त्याचं शाळेतून नाव का काढलं?''

या प्रश्नानं विजय क्षणभर स्तब्ध झाले.

''त्याच्या आईनं तो निर्णय घेतला. ती रत्नागिरीला असते. राजूचं नाव तिथल्या शाळेत घातलं आहे-'' ते हळूहळू म्हणाले.

''पण का साहेब?'' आणि एकदम स्वत:ला सावरत मार्टिना म्हणाली, ''सॉरी सर, आपल्या पर्सनल लाइफबद्दल मी विचारू नये. पण राजू, माझा आवडता विद्यार्थी होता. आम्ही शिक्षिका अशा प्रेमळ विद्यार्थ्यांत गुंततच जातो. कॅथलिक धर्माची शिकवणच आहे ती. 'दया, प्रेम, करुणा हाच मानवाचा मूळ धर्म' असं आमचा धर्म शिकवतो सर. ही माझी बहीण इझाबेला दु:खी होती, म्हणून मी तिला इथे घेऊन आले. तिचं दु:ख तुम्ही दूर केलंत, माणुसकीच्या भावनेतून. पण सर, तुमचं जीवनसुद्धा दु:खी आहे, हे बघून मला धक्का बसला. माणूस असा दु:खी का असतो सर? प्रत्येक घरात एखादा सल का असतो?''

''कुणी सांगितलं की मी दु:खी आहे म्हणून? जे स्वत:हून निघून गेले आहेत, त्यांच्या पाठीमागं धावणं हा मूर्खपणा आहे, मला तो करायचा नाही. मी पूर्ण समर्थपणे माझं एकाकी जीवन जगतो आहे.'' विजयचा आवाज चढला होता.

"रागावू नका सर. पण..." मार्टिना मधेच थांबली. बोलावं की बोलू नये अशा संभ्रमात मार्टिना होती. तिनं न विचारताच तिच्या मनामधला प्रश्न विजयना समजला. गेल्या शनिवारी आभासोबत मड आयलँडवर फिरत असताना, विजयना मार्टिना अचानक दिसली होती. तिनंही विजयना बघितलं असणारच. आता बोलता बोलता थोडं संकोचलेली, थबकलेली मार्टिना बघून, विजय मनातून समजले; पण लगेच त्यांनी मनावर ताबा मिळवला. अहंकार जागा झाला. बोलता बोलता ते स्तब्ध झाले. आपण या सामान्य स्त्रीबरोबर, जी आपली अशील आहे, कधी राजूची टीचर होती, त्या स्त्रीबरोबर इतकं का बोलतो आहोत, या विचारानं ते स्तब्ध झाले होते. त्यांचा अहंकार जागा झाला आहे हे ओळखून मार्टिना म्हणाली,

"आय नो सर, मी एक सामान्य स्त्री. माझ्याशी या विषयावर बोलणं आपल्या प्रतिष्ठेत बसणार नाही कदाचित. पण शेवटी आपण सारी माणसंच आहोत. रोज रात्री मेणबत्त्या पेटवून, येशूला आळवताना मी म्हणते, 'बापा, रात्रीच्या या शांत वेळी सगळ्यांच्या घरांवरून नजर फिरव. ज्या घरातील माणसं न सोसवणारी दुःखाची ओझी बाळगत, थकून गेली असतील, त्या माणसांना केवळ तुझ्या एका करुणेच्या दृष्टीतून धीर दे, बळ दे त्यांना दुःख सोसण्याचं. त्यांना दुःखानं तुटू देऊ नकोस. आता तुम्ही म्हणालात, मी दुःखी नाही. तिथे बाईसाहेब कदाचित हेच म्हणत असतील. ते खरंही असेल. पण सांगू सर? खरं दुःखी कोण आहे? खरा दुःखी आहे तुमचा मुलगा- राजू. तिथे आई कदाचित त्याला सगळं काही देत असेल; पण ते मूल सुखी असणं शक्य नाही. कारण... कारण साहेब, रोप उगवायला माती लागते, तसं पाणीही लागतं. पण एकदा रोप उगवल्यावर नुसतंच पाणी किंवा नुसती मातीच उरली, तर रोप जगणार नाही. जगलं तरी फुलणार नाही." आपण खूप बोललो आहोत याचं भान आलं, तसं स्वतःला सावरत ती म्हणाली,

"माफ करा सर, राजूच्या काळजीनंच माझ्या तोंडून मी काही कमीजास्ती बोलून गेले, याची जाणीव आहे. जाते मी. पण साहेब, जाताना इतकीच विनंती करते... इतकीच... की... सांभाळा स्वतःला सर! राजूला जपा, गॉड ब्लेस यू."

मार्टिना मागं वळून जायला निघाली, बाहेर निघाली, तोच आभा विजेसारखी आत आली. विजयच्या ऑफिसमधून बाहेर पडणाऱ्या मार्टिनाकडे आभा बघत होती. आखूड, तंग फ्रॉक घातलेली, केसांचा बॉब केलेली, काळेली, उंच अशी ती स्त्री बघून आभा उपहासाने हसली. मड आयलँडवर साहेबांच्या बरोबर हीच स्त्री होती, हे मार्टिनानं ओळखलं. एका क्षणात, तिचा संताप उसळून आला. पण तिनं स्वतःला सावरलं. विजय आभाला म्हणाले,

"आभा ही मार्टिना. हिच्या बहिणीचा खटलाच आज शेवटी समझोत्यानं

सुटला आणि मार्टिना ही आभा- माझी सहकारी वकील- मुंबईमधील एक मोठी स्त्री वकील.

आभा आणि मार्टिनानं हस्तांदोलन केलं. मार्टिना म्हणाली,

"मी राजूची टीचर. राजू. साहेबांचा मुलगा. ओळखता ना? नमस्कार."

इतकं बोलून मार्टिना बाहेर पडली. आभाचा चेहरा अपमानानं लालबुंद झाला होता.

"स्टुपिड! म्हणे राजूची टीचर. काही गरज होती हे बोलायची? विजय किती खालच्या वर्गाची ही माणसं! तू यांना ऑफिसमध्ये येण्यास परवानगी कशी दिलीस? या अशा माणसांचा खटला तू घेतलास? सो सरप्राईझिंग! किती पैसे मिळाले या खटल्यात?" आणि तुच्छतेनं आभा म्हणाली, "हं! काय देणार ही माणसं? दिसतंच आहे. पण यांचं वकीलपत्र तू घेतलंस कसं? ना ओळख ना पाळख?"

आणि मग अंदाज घेत ती म्हणाली, "ओ ऽ ह! ती बाई राजूची टीचर म्हणून? हां. ती शक्यता नाकारता येत नाही."

विजय आभाकडे बघत होते. तिच्या डोळ्यांत राजूचं नाव घेताना उमटलेली एक सूक्ष्म रागाची ठिणगी स्पष्ट दिसत होती. विजय विचार करत होते,

हीच आभा जेव्हा त्यांच्या बरोबरीनं शिक्षण घेत होती, जेव्हा ती कॉलेजमध्ये एखाद्या लेक्चरबद्दल चर्चा करत असे, वादविवाद करत असे तेव्हा विजयना तिच्या बुद्धिमत्तेबद्दल केवढं कौतुक वाटत होतं! त्या तिच्या प्रखर बुद्धिमत्तेचीच भुरळ पडली होती विजयना. एक यशस्वी वकील म्हणून जर नावलौकिक मिळवायचा असेल, तर त्यासाठी आभासारख्या बुद्धिमान स्त्रीचीच साथ हवी होती. संसारात स्त्री आणि पुरुष जर सारख्याच पातळीवरचे नसतील, तर संसार सुखी होणं शक्यच नसतं, हे विजयचं विद्यार्थिदशेपासूनचं मत होतं. एकाची झेप आकाशाची आणि दुसरा जर जमिनीवरच खुरडत चालत असेल, तर ती साथ जमणार तरी कशी?

मधल्या काळात जीवनात अनेक चढउतार, बदल घडून गेले होते.

आणि आज समोर उभी असणारी आभा, जिला ते बघत होते, ती एक संपूर्ण वेगळी स्त्री बनली होती. पूर्वी तिच्यामध्ये असणारी मार्दवता, कुठच्या कुठे हरवून गेली होती. समोर उभी होती ती फक्त एक बुद्धिमत्ता, एक तेज, एक आव्हान. ते पाहून विजय अलीकडे स्वत:च खूप गोंधळून जात होते.

"आभा, हा खटला मी घेतला यात मला पैसे मिळणार नव्हते. पण सावत्र आईच्या पोटगीचा अधिकार मला सिद्ध करायचा होता. हा खटला खूप गाजला. बापाच्या मृत्यूनंतर आईला घरात अपमानास्पद वागणूक देणारी मुलं आणि बापाच्या मृत्यूनंतर सावत्र आईचा हक्कच न मानणारी बेताल मुलं, या सर्वांनाच या खटल्याच्या निकालानंतर एक समज येईल. सरकार अनेक कायदे करतं; पण

लोकांना ते कुठे ठाऊक असतात? असे खटले समोर आले म्हणजेच, ते कायदे शोधून, अशिलाचा बचाव करता येतो आणि ते वाचून लोकांनाही आपल्या हक्कांची अगर आपल्या गुन्ह्यांची जाणीव होते. आभा, या फ्रेडरिकनं इझाबेलाशी लग्न केलं तेव्हा आधीच त्याला तीन मुलं होती. म्हणूनच पुढं-मागं ही मोठी होणारी मुलं आणि ही स्त्री यांच्यात तणाव निर्माण होणं हेही स्वाभाविक होतं. या इझाबेलाची संपूर्ण जबाबदारी फ्रेडरिकचीच होती. कदाचित त्याचा मुलांवर विश्वास असेल. त्यांच्या भावनेवर विश्वास असेल. पण स्वार्थ समोर आला की भावना उरतीलच असं नाही. आणि कायदा! कायदा भावनेवर कधीच आधारित नसतो. कायदा कठोर असतो; वास्तव असतो. आज इझाबेलाचा अधिकार कायद्यानं, त्या मुलांनी मानला आहे. पण गोव्यात गेल्यानंतर भावनेतून हे नातं पुन्हा जुळेलच असं नाही. कायदा वाट दाखवतो फक्त. पण ती वाट फक्त भावनेवरच टिकवायची असते. पण त्यानंतर माणसांच्या स्वभावाचा अंदाजच लागत नाही कधी!'' विजय आभाकडे बघत म्हणाले, ''तो नेमका कोणत्या वेळी कसा वागेल, बदलेल हे कुणी सांगावं?'' खरंच होतं ते! विजय समोरच्या आभाकडे बघत विचार करत होते.

माणूस किती बदलून जातो, हे त्यांनी अनेकदा अनुभवलं होतं. आता याच स्त्रीच्या मनाचा अंदाजच लागला नव्हता का कधी?

इतकी वर्षं आपण दोघं एकत्र वावरत आहोत. पण या स्त्रीला आपण समजू शकलो नाही.

रेणूलाही समजू शकलो नाही!

निदान स्वत:ला?

स्वत:ला तरी समजू शकलो आहोत का? आणि जर स्वत:लाही समजू शकलो नाही तर मग या जगातलं नेमकं आपल्याला काय समजलं आहे?

या अशा विचारात हरवून गेलेले विजय बघून आभा मोठ्यानं हसली. टाळ्या वाजवत ती म्हणाली, ''अभिनंदन, अभिनंदन! विजय, सुप्रसिद्ध कायदेतज्ज्ञ आता भाषणं द्यायला लागले आहेत. या परिवर्तनाबद्दल अभिनंदन. किती बदललास तू विजय? केवळ यश, नाव, पैसा मिळेल असाच खटला स्वीकारायचा, असं आपण वकिलीला सुरुवात करताना ठरवलं होतं. आठवतं? आणि असे खटले फक्त मिनिस्टर्स, श्रीमंत, उद्योगपती किंवा नट-नट्या यांचेच असतात. त्यात पैसा मिळतो. वर्तमानपत्रं आपोआप या सर्व बातम्यांना भरपूर प्रसिद्धी देतात. त्यामुळे पैसा मिळतो तसं नावही मिळतं. सध्या मी कोणता खटला चालवतेय ठाऊक आहे? एका प्रख्यात कारखान्याच्या कर्मचारी कॉलनीतल्या एका महिला कर्मचारीच्या तरुण मुलीनं पाचव्या मजल्यावर असणाऱ्या तिच्या घराच्या खिडकीतून भररस्त्यावर उडी मारून जीव दिला. ही बातमी वर्तमानपत्रांत मी प्रथम वाचली. मला त्यात

विशेष काही वाटलं नाही. पण त्या खटल्याचं वकीलपत्र घेणार याची कुणकुण लागली मात्र! मलाच आश्चर्याचा धक्का बसला. कारण नंतर मला मोठमोठ्या उद्योगपतींचे, मिनिस्टरमंडळींचे फोन यायला लागले. त्यांचे सेक्रेटरी भेटवस्तू घेऊन, पंचतारांकितमध्ये जेवणाची निमंत्रणं घेऊन मला भेटू लागले. अरे, मजा आली. तरी मी तो खटला घेतला. कारण तो खटला घेण्यापूर्वीच मला या खटल्याचा एन्ड माहिती होता. ए डेड एन्ड!''

''कोणता?''

''त्या महिला कर्मचारीचा खून! मुलीनं जीव दिला. आई खतम. खटल्याचा गाभाच संपला. सारी कागदपत्रं बासनात गेली. त्यानंतर कुणीही, कुणासाठी खटला लढवणार नव्हतं. पैशानं सारं काही शांतपणानं, बिनबोभाट संपवलं होतं. पण मी हाच विचार आता करते की यांत मला काय मिळालं?

नाव...

पैसा...

मानसन्मान...

नव्या ओळखी... सर्व काही...

बस्स! मी खूश आहे.

म्हणून मी अशा सावत्र आयांना अधिकार मिळवून देणारे खटले घेत नाही. काय मिळणार त्यात? आधी भरभरून रडणं आणि नंतर भरपूर पोट भरून आशीर्वाद. त्यानं काय होणार? वेस्ट ऑफ टाइम, मनी ॲन्ड एनर्जी! म्हणून विजय तू ही स्टुपिड केस घेतलीसच कशी याचं मला आश्चर्यच वाटतंय.''

विजय आभाकडे बघत होते.

''किती बदललीस तू आभा-'' ते म्हणाले.

''तू नाही बदललास? अरे, तू बदललास म्हणून तर मी अशी पार बदलून गेले. माणसाचे शब्द किती फसवे असतात. दिलेल्या वचनांना काही अर्थच नसतो; भावना कापरासारख्या बघता बघता उडून, संपून जातात. हा सारा फोलपणा समजून आल्यानंतरही तुला असं वाटतं की, ही आभा पूर्वीचीच असावी! अल्लड, बालिश, उत्साही! हे सारे बदल कुणी घडवले?''

''पण आभा...''

''होय, ऐकलंय मी खूपदा. तू अगतिक होतास. परिस्थितीनं तुला काही निर्णय घ्यावे लागले-'' विजयचं बोलणं मधेच तोडत आभा म्हणाली.

''हे सारं खूपदा ऐकलंय, पण म्हणून घडून गेलेल्या घटना तरी सत्य आहेत ना? तू माझ्याशी भावनेनं एकनिष्ठ आहेस हे पण तुझ्या तोंडून अनेकदा ऐकलंय मी. पण मला वाटतं विजय, तू स्वत:ला फसवतो आहेस. संसार एका स्त्रीबरोबर

आणि भावनेनं गुंतणं दुसऱ्या स्त्रीबरोबर. यात फसवणूक आहे दोघींचीच, नव्हे तर स्वत: तुझीच!''

''पण आभा...''

''होय, तुझ्या संसारात आता रेणू नाही. पण तू तिला घालवलेलं नाहीस, ती स्वतःहून घर सोडून निघून गेली आहे. इथे पराजिता तू आहेस माझ्या दृष्टीनं. जाऊ दे विजय, हे न संपणारे विषय आणि आपण दोघं वकील. आर्ग्युमेंटमध्ये कधीच हरणार नाही एकमेकांना. जाऊ दे. आज संध्याकाळच्या एरॉसच्या सिनेमाची तिकिटं मी काढून आणली आहेत. त्यानंतर हॉटेल पॅनोरमात जेवण घेऊ. मी हे सांगायलाच आले होते. निघू?''

पर्स उचलत आभा उठत म्हणाली. विजय उभे राहिले. पार्टिशनच्या दारापर्यंत तिला पोचवण्यासाठी टेबलाच्या पुढं दोन पावलं ते आले, तशी मागं वळून आभा म्हणाली,

''मी हे इतकं सारं आत्ता बोलते ना? पण खरं सांगू विजय? या इझाबेलाच्या खटल्यात तुला जे नाव मिळालं, त्यानं माझा अहंकार नकळत दुखावलाय. या खटल्यामधल्या यशानं तू माझ्या पुढं जातो आहेस. हे नवीन आव्हान मला मिळालं आणि मी ते स्वीकारलंय. यापेक्षाही एखादा मोठा खटला मी जिंकेन आणि दाखवेन की हम भी कुछ कम नहीं.''

''आभा-''

''विजय, आपण चांगले मित्र आहोत. समव्यावसायिक आहोत आणि व्यवसाय आला म्हणजे स्पर्धा आली. कदाचित आपण पती-पत्नी असतो तर...'' खांदे उडवत आभा म्हणाली. ''गॉड नोज, काय झालं असतं... अच्छा निघते. तिथे गोंधळ उडाला असेल. ओ.के. एरॉस!''

आभा गेली. तिनं लावलेल्या सेंटचा वास कितीतरी वेळ केबिनमध्ये भरून राहिला होता. ती जे जे बोलत होती ते शब्द हवेत विरून गेले होते. पण आज आणि अलीकडे जी आभा विजय बघत होते, तिचं बोलणं ऐकत होते... आणि त्यानंतर मन वेगळ्या विचारांच्या आवर्तात गोंधळून जात होतं.

आजवर असं कधी झालं नव्हतं. त्यांचा अहंकार, त्यांचा मुखवटा, त्या मुखवट्याआत असणारं सुप्त समाधान... या साऱ्यांना आतून कुणीतरी धक्के द्यायला लागलं होतं.

हे सारं नेमकं काय घडून गेलं होतं? यानंतर काय घडणार होतं? हे सर्व धावणं, कोणत्या मृगजळासाठी होतं आणि न थांबणाऱ्या या अघटित जीवनचक्राचा शेवट काय असणार होता? ही आभा... ती रेणू... मधले आपण आणि जोडीनं घडलेल्या अनेक घटना यांची संगती कशी लावायची... असे अनेक विचार

आजकाल विजयना सतत घेरून टाकत होते, समोरचे महत्त्वाचे कागदपत्रं...

ते साक्षी-पुरावे, साक्षीदार, फिर्यादी, आरोपी, विरोधी वकील, माफीचे साक्षीदार, एरॉसमधला सिनेमा, पॅनोरमातलं जेवण, मड आयलँडमधील मधाळ संध्याकाळ-सारं, सारं विजयना फिक्कं वाटायला लागलं होतं. एक बेचैनी, अस्वस्थता मनावर दाट सावट धरून होती, आजच्या खटल्यामधल्या यशानं.

मन आज आनंदानं हुरळून गेलं नव्हतं.

या विजयासोबतच मन कातर, हळवं बनलं होतं.

आजवर असं कधीच झालं नव्हतं.

◆

५

एरॉसमधला चित्रपट आणि हॉटेल पॅनोरमामधलं जेवण आटोपून विजय घरी आले, तेव्हा रात्रीचे अकरा वाजायला आले होते. जेवायला घरी येणार नसल्याचं त्यांनी फोन करून गणपतला कळवलं होतं.

कपडे बदलून विजय गॅलरीमधल्या आरामखुर्चीत टेकले. संपूर्ण दिवस खूपच धावपळीत संपून गेला होता. इझाबेलाचा खटला आज संपला होता. इझाबेला निरोप घेऊन गेली होती. मार्टिनानं आणि त्यानंतर आभानं, त्यांच्या मनात प्रचंड खळबळ निर्माण केली होती.

मार्टिना म्हणाली होती, 'खरा दु:खी आहे तुमचा मुलगा... राजू!'

'आपण पती-पत्नी असतो तर? गॉड नोज!' आभा म्हणाली होती.

आभा...

दिवसेंदिवस तिचा स्वभाव, विचार, वागणं बदलत चाललं होतं. गेली पंधरा वर्षं त्यांची आणि आभाची मैत्री होती. कॉलेजमध्ये एकत्र शिकणारे, नंतर कायद्याचा अभ्यास करणारे हे दोन सहाध्यायी कधी एकमेकांवर प्रेम करायला लागले, त्या भरात प्रेमाच्या, लग्नाच्या आणाभाका देऊन झाल्या, ते पण समजलं नव्हतं. दोघं बुद्धिमान, एक व्यवसाय करणारे... तेरा वर्षं एकमेकांना जवळून ओळखणारे आभा आणि विजय!

पण आज, आभा किती बदलून गेली होती. आभाच का, सारं जीवनच बदलून गेलं होतं! सारे आराखडे, अंदाज सारंच कुठल्या कुठे हरवून गेलं होतं. आभा-विजय-रेणू या तीन रेषांमधून वाहणारं जीवन आणि त्यापूर्वी ...आणि त्याहीपूर्वी... आरामखुर्चीत बसून चांदण्यानं निथळणारे, समोरच्या बंगल्यामधल्या नारळांच्या

झाडांचे आकाशाची गुजगोष्टी करणारे उंच शेंडे विजय बघत होते. त्या उंच नारळांच्या झावळीवरून चांदणं निथळत खालवर ओघळत होतं. सारा परिसर चांदण्यानं, थंडीनं भरून गेला होता. आजूबाजूचे बंगले सुखानं दुलईत लपेटून शांत झोपले होते. घराच्या गॅलरीत बसून विजय समोरचा शांत परिसर बघत होते. त्यांच्या बंगल्यासमोरचे हिरवे लॉन, त्या सभोवती फुलझाडांचे ताटवे, त्यांच्या कडेनं उभी असलेली अशोकाची झाडं आणि त्या साऱ्यांना गुरफटून टाकणारं चांदणं. हालचाल होती ती मंद अशोक पानांची, डोलणारे माड आणि त्या माडांच्या झावळीतून उतरून गॅलरीत बसलेल्या विजयपर्यंत पोचणाऱ्या अनेक आठवणी!

जीवनाची सुरुवातच मुळी नारळीच्या झाडांच्या सोबतीनं झाली होती! बघेल तिथे नारळी-पोफळीची झाडं सळसळत असायची. लहान असताना नजर उंच पोचत नसायची, तरी माड शिंपणाऱ्या वावराड्या, फेणी काढण्यासाठी माडावर चढउतार करणारे रेंदेर, नारळाच्या पाड्यासाठी येणारे काळे, उंच, तुकतुकीत अंगाचे पाडपी, खोपटीतून राहणारे, कुळागरे सांभाळणारे भागेली आणि त्या साऱ्या वातावरणात भरून असणारी खारी हवा, शांत वेळी ऐकू येणारी समुद्राची गाज, त्या समुद्रात दूर उभ्या असणाऱ्या अजस्र बोटी, रात्रीच्या वेळी बंदरावरून दिसणारे बोटींचे दिवे...

हे सारं लहानशा डोळ्यांत मावत नसे. अशा डोळ्यांत व मनात त्या न मावणाऱ्या अनंत, अनंत आठवणी...

गेली कित्येक वर्षं त्या विसरल्या गेल्या आहेत, असं वाटत होतं, त्या आठवणी आज अशा अचानक जाग्या झाल्या होत्या.

खुर्चीवर बसून विजय विचार करत होते. अलीकडे नेमका कोणता संघर्ष मनात सुरू आहे?

—जे जे हवं, ते ते सारं मिळालं होतं...

—जे जे नको होतं, ते सर्व दूर गेलं होतं... तरीपण ही बेचैनी का? मनाच्या आत आत दडपून टाकलेल्या आठवणी अशा जाग्या होऊन, आतून धक्के कशा द्यायला लागल्या? कठोर मनानं सारे निर्णय स्वीकारले. काही निर्णय मनाविरुद्ध जाऊन मानावे लागले आणि या दोन्ही डगरींचा तोल सांभाळून आपण जिद्दीनं जीवनाचं सारं आव्हान स्वीकारलं, यश मिळवलं. अहंकारनं जगलो. पण आज... आज इझाबेलाच्या मुलांना निरोप पाठवताना अकारण आवाज भरून का आला?

—'त्या म्हाताऱ्या जीवाला दुखवू नका. फार जीव आहे तिचा तुमच्यावर!' असं आपण मार्टिनाला म्हणालो, त्या वेळी आवाज भरून का आला?

—म्हातारा जीव! थकलेला. विजयना काठीसारखे उंच, शिडशिडीत मामा आठवले. नऊवारी साडी नेसलेल्या, ठेंगण्या बांध्याच्या मामी आठवल्या...

—रत्नागिरीत गेलेलं बालपण...

—मामा-मामींनी भरभरून दिलेलं प्रेम... रघू, रेणूसोबत बांधलेले वाळूमधले किल्ले, वाळूतच विरलेले... सारं आज आठवत होतं!

आठवत होता तो दिवस! ज्या दिवशी मामांच्या मायेचा पहिला स्पर्श झाला होता, तो उबारा देणारा स्पर्श त्या थंडगार हवेतही विजयना जाणवला. इतक्या वर्षांनी, स्पष्टपणानं.

त्या दिवशी अगदी किरकोळ कारणांवरून आप्पांनी आठ वर्षांच्या विजयला काठीनं फोडून काढलं होतं. कडेवरच्या राधेला घेऊन माई ओट्यावरून अंगणात चाललेली मारपीट समाधानानं बघत होत्या. एका मुलाचा बाप असणाऱ्या बिजवर आप्पांशी माईंचं लग्न झालं होतं. आप्पा बिजवर होते पण सधन होते, देखणे होते. भाताचा भरपूर खंड येत होता. कोठीतल्या कणग्या भातानं भरलेल्या असत. सारवलेल्या अंगणात आंब्याची साटं, सुकं खोबरं, सुपाऱ्या पसरून ठेवलेल्या असत. त्या ऐसपैस अंगणातून गडीमाणसांचा वावर असे. आंब्याचे दिवस आले की माजघर भरून सुक्या गवताच्या आत आंब्यांच्या आढ्या घातलेल्या असत. काजू, फणस, अननस यांचा वास घमघमत असे. हे सारं पाहूनच माईंना बिजवर आप्पांना दिलं होतं. गरिबाघरच्या माई अचानक आप्पांच्या घराच्या स्वामिनी बनल्या होत्या. मालकीण म्हणून साऱ्या घरादारातून, समाधानानं वावरत होत्या. कौतुकानं राधेला वाढवत होत्या. या सर्व संसारात माईंना खुपत होता फक्त विजय! सवतीचं पोर! ते एवढंसं किडमिडं, दुबळं पोर बघून माईंच्या मनात ठिणगी पेटत असे.

तुळशीजवळ बसून राधेला वैलावरचा गुरगुट्या भात, तूप-मेतकूट घालून तुळशीजवळ बसून त्यांनी आज सकाळीच भरवला होता. भांड्याच्या तळाशी उरलेल्या भाताच्या खरपुड्या आणि वर दुधाचे चार थेंब, अशी थाळी त्यांनी विजयच्या समोर सारली. सकाळपासून विजयच्या पोटात भुकेचा डोंब उसळला होता. आंबेमोहोर तांदळाचा भात चुलीवर शिजत होता. त्याचा वास घरभर पसरला होता. त्या वासानं भूक लागल्याची जाणीव जास्तीच तीव्र होत होती. मघापासून माई राधाला भरवत होत्या. अंगणाच्या पायरीवर बसलेल्या विजयकडे त्या मुद्दाम दुर्लक्ष करत होत्या. जळक्या, खरपुड्या भाताची ताटली, त्याच्यासमोर आदळत म्हणाल्या, ''गीळ मेल्या, वाट बघत बसलाय बोक्यासारखी.''

भुकेनं जीव गोळा झाला होता, तरी त्या पुढ्यातल्या करपलेल्या अन्नानं आणि तिखटजाळ शब्दांनी संताप न आवरून विजयनं ताटली पुढ्यात ठेवणाऱ्या माईंचं मनगट पकडलं.

''तुमच्या बापाचं खातोय का? माझ्या बापाचं अन्न मी खातोय. तेसुद्धा नीट घालत नाही. का छळताय अशा? मारून तरी टाका-''

आठ-दहा वर्षांच्या त्या अशक्त मुलाचा हा आक्रमक पवित्रा पाहून माई

क्षणभर गारठल्या. पण दुसऱ्याच क्षणी गळा काढून रडायला लागल्या.

"मारलं हो मारलं. एवढंसं पोर पण माझा बाप काढलान् त्यानं! हात धरलान् मेल्यानं. आत्ताच ही लक्षणं तर उद्या माझं काय होणार? परमेश्वरा, कुठे रे आणून टाकलंस या वनवासात!"

माईंचा आवाज ऐकून भाटांत काम करणारी सारी गडीमाणसं धावून आली. शेजारच्या लक्ष्मीकाकू आल्या. विजयनं जी धूम ठोकली ते पसरदाराच्या शेवटाला वाहणारा वाहाळ पार करून मधली शेतवड तुडवत त्यानं त्या बांधावरचं आंब्याचं झाड गाठलं. झाडाच्या खोबणीत बसून तो जाडजूड बुंध्यावर मान टेकून रडायला लागला. भुकेनं, संतापानं, अपमानानं त्याला रडू फुटत होतं, उन्हं वर चढत होती. काल रात्रीही आप्पा घरी येण्यापूर्वीच वाटीभर भात आणि किंचितसं गारढोण वरण असा गोळा ताटलीतून पुढं सरकावला होता. पाण्याच्या घोटाबरोबर विजयनं ते अन्न मुकाट्यानं गिळलं होतं. आप्पा येण्यापूर्वीच माजघरातल्या चौघडीवर तो जाऊन निजला होता. भुकेनं झोप लागत नव्हती.

आतमध्ये सुग्रास अन्नाचं ताट माईंनी जेवणघरात आप्पांसमोर वाढलं होतं. भुरके मारत आप्पा जेवत होते.

"मुलं जेवली ना?" आप्पांनी विचारलं होतं.

"तर, राधा आणि विजयला समोर बसवून मी भरवलं. दुसरं आहे कोण या घरात? सोन्यासारखी गोजिरवाणी दोन लेकरंच ना." माई खोट्या कनवाळूपणानं आप्पांशी बोलत होत्या. माईंच्या या उत्तरानं, भुकेल्या पोटानं माजघरात चौघडीवर तळमळणाऱ्या विजयच्या मनात संतापाचा डोंब उसळत होता. ती आग पोटातल्या आगीपेक्षा भयानक होती आणि तिचाच उद्रेक आज सकाळी झाला होता. आंब्याच्या झाडाच्या खोबणीत बसून बसून विजयचं अंग दुखून आलं होतं. डोक्यावर उन्हाचे चटके बसत होते. डोळ्यांसमोर अंधारी येत होती. आता दुःखाचे वाहणारे कढही आटले होते. पोटात भूक थैमान घालत होती. यानंतरचा दिवस आणि आज संध्याकाळी आप्पांचा मिळणारा बेदम मार - या विचारानं विजय गारठून गेला होता. परवा नामा खारवी विचारत होता, 'होडीतून येतोस का? समुद्रावर घेऊन जातो. येतोस?'

...खरंच जावं त्याच्याबरोबर.

त्या समुद्रातून होडीत बसून दूर जावं, उतरावं मधेच कुठेतरी! जिथे दुष्ट माई नसेल, जिथे आप्पा नसतील...

परवा नामा म्हणाला होता, आई गेली की सगळं गेलं. सगळी मतलबी दुनिया.

माईंच्या आठवणीनं विजयला संताप आला. पूर्वी कसं छान होतं. माई आल्या आणि...

झाडावर बसून, असे अनेक विचार मनात घोळत होते. कितीतरी वेळ गेला होता.

"विजू, बाळ विजू-" विजयनं पाहिलं, शेजारच्या लक्ष्मीकाकू भरउन्हात अनवाणी पायानं बांध ओलांडून आंब्याच्या झाडाखाली कधी पोचल्या होत्या ते समजलंच नव्हतं. उडी मारून विजय झाडावरून उतरला. काकूंनी जवळ घेतलं, तसा रडण्याचा बांध कोसळला. त्याला पोटाशी धरून लक्ष्मीकाकू झाडाला टेकून बसल्या. त्यांच्या कुशीत रडणाऱ्या विजयच्या पाठीवरून त्या हात फिरवत राहिल्या.

रडण्याचा आवेग ओसरला तसा मायेनं त्याचं तोंड पदरानं पुसत त्या म्हणाल्या, "रडू नकोस विजू, समजतं बरं मला सारं. तुझ्यासारखा गुणी मुलगा मुद्दाम वाईट वागणारच नाही. तुझी आई खरोखर लक्ष्मी होती. माझी जिवाभावाची मैत्रीण. फार वाईट झालं विजय. ती अचानक गेली. तिचा शेर संपला या घरातला आणि ही बाई आली."

बोलता बोलता लक्ष्मीकाकू विजयसाठी आणलेल्या डब्यातली पोळी, मुरांबा त्याला भरवत होत्या. "रडू नको. मी विश्वनाथाला, तुझ्या मामाला आज निरोप धाडलाय. येईलच तो. माझा शब्द तो मोडणार नाही. इथून जा विजू मामाच्या घरी. त्याला एकच मुलगी आहे. तुला मुलासारखा वाढवेल तो. आई गेली तेव्हाच न्यायला आला होता तुला. पण आप्पांनी पाठवलं नाही. दुसरं लग्न करायला या पुरुषांना कारण हवं असतं ना? लग्न केलं तुझ्यासाठी आणि तुझ्याकडेच दुर्लक्ष होतं आहे. तू इथे राहू नको विजू. आणखी परतही येऊ नकोस. मामाच्या घरी गेलास तरी त्यांचा आश्रित नको होऊस. मोठा हो. जे मिळवशील ते तुझ्या हिमतीवर मिळव. कर्तृत्वावर जग. चल आता घरी."

"काकू, मला मामाच्या घरी जायचं नाही. मला नामा खारवी त्याच्या बोटीतून दूर नेणार आहे. मी आज घरी येणार नाही. आप्पा मला मारतील. तिच्या सांगण्यावर विश्वास ठेवतील."

"नामा खारवी? त्याचा धंदाच आहे मेल्याचा पोरं विकण्याचा. फूस लावून पोरं पळवतो आणि तिकडे अरब, पठाण, खोजांना नेऊन विकतो- असं सारे गावात बोलतात. त्याच्या नादी लागू नये बाळ. घरी चल, आज तुझा मामा येईलच आणि आज आप्पांनी मारलं तरी आजचा शेवटचाच मार. मी मुळी विश्वनाथाला सांगणारच आहे निक्षून, तुला ने म्हणून. आणि विजय, माईचा बाप काढलास तू आज, हे बरं नाही झालं."

"पण काकू..."

"हो. ती दुष्ट आहे. तुझा दुःस्वास करते; सारं कबूल. पण सावत्र का असेना, ती तुझी आई आहे ना? रामानं कुठे कैकेयीचा अनादर केला? हे प्राक्तन आहे

बाळा. म्हणून अन्याय सोसावा, असं नाहीच. पण त्या अन्यायाला कर्तृत्वानं आव्हान दे. मोठा हो; नाव मिळव. मग बघ, तूच माईंपेक्षा एक दिवस खूप मोठा होऊन जाशील.''

लक्ष्मीकाकूंचा हात धरून हळूहळू विजय घरी आला. त्यानं अंगणात पाय ठेवला, तोच आप्पांनी त्याची मानगूट पकडली. नारळीचे फोक सपासप पाठीवर उठत होते. तोवर दारात बैलगाडी थांबली होती. उंच शिडशिडीत अंगाचे विश्वनाथमामा आत आले आणि उपासपोटी मार खाणारा विजय खाली कोसळला. त्यानंतर दोन दिवस तो तापाने फणफणला होता. मामांनी त्या घरात पाणीही घेतलं नव्हतं. थंड पाण्याच्या पट्ट्या विजयच्या डोकीवर ठेवत होते. तेलहळदीचा लेप अंगावरच्या वळांना लावत, ते विजयजवळ बसून होते. तोच मामांचा मायेचा पहिला स्पर्श!

पहाटेच्या वेळी आप्पांच्या दारातली मामांची बैलजोडी घुंगरांचा आवाज करत गाडीला जुंपली गेली. पहाटेच्या झुंजूमुंजू वेळेत मामांची बैलगाडी विजयला घेऊन रत्नागिरीच्या दिशेने निघाली. कोपऱ्यावरच्या वळणावर लक्ष्मीकाकूंचा दामू दशम्यांचा, कालवलेल्या दहीभाताचा डबा घेऊन उभा होता.

''ये हो विजू, आईनं सांगितलंय, शिकून मोठा होऊन ये.''

विजयचं जन्मगाव सुटलं होतं. आई, वडील, जन्मगाव, मित्र, बालपण सारे पंख एक एक करून गळून पडले होते. त्या सर्व आकस्मिक बदलानं विजय मुळापासून हादरला होता; बोलत नव्हता. वनवासी पाखरासारखा दीनवाणा झाला होता. त्याला रत्नागिरी आवडत नव्हती. त्याला आठवत होत्या... माई, आप्पा, नामा खारवी... लक्ष्मीकाकू, दामू, सदा, बाळू... आणि आता मामा, मामी, रेणू आणि रघू. रघू हा मामीच्या भावाचा मुलगा. भाऊ वारल्यानंतर मामींनी घरी आणलेला.

आठ-नऊ वर्षांच्या विजयनं सर्वांचीच भीती घेतली होती. मामी तिन्ही मुलांचं मायेनं करत होत्या. मामींवर संसाराचा भार टाकून मामा दिवसभर शेतीवाडीत गुंतलेले असत.

मामांना रत्नागिरीचा खूपच अभिमान होता. ''साऱ्या जगात रत्नागिरीसारखं सुंदर गाव नाही.'' असं मामा वारंवार म्हणायचे.

रत्नागिरी! हळूहळू धीट नजरेनं विजय त्या गावाकडे बघायला लागला होता.

दूरवर समुद्र खळखळत होता. त्याच्यामागं निळ्या पाण्यात विलीन झालेलं अथांग आकाश. पाण्यासोबत सळसळणारी सांज उन्हं. रेणू आणि रघू किनाऱ्यालगतच्या ओल्या वाळूत किल्ले बांधत होते. त्या किल्ल्याभोवती रंगीत शिंपल्यांची रांगोळी रेणू बांधत होती. दूर, कोरड्या वाळूत बसून विजय कोरड्या नजरेनं त्यांना बघत होता.

"ये ना रे विजय, थोडे शिंपले गोळा कर. आपण छानसा किल्ला बांधू. येऽ" रेणूनं हाक मारली.

तरी विजय जागचा हलला नाही. त्याला ही लहानखुरी रेणू मुळीच आवडली नव्हती. पोरींशी कसलं खेळायचं? हा रघू तर लेकाचा सारखा रेणूशी खेळत असतो.

विजयला आठवत होता तो लक्ष्मीकाकूंचा दामू. त्या पलीकडच्या वाडीमधला शंकर, सदू- खेळायचं तर त्या पोरांशी आणि विजय इथे खेळायला थोडाच आला होता? त्याला मोठं व्हायचं होतं. मामाचा आश्रित व्हायचं नव्हतं की आप्पांच्या घरी परत जायचं नव्हतं. आत्ता समुद्राच्या त्या किनाऱ्यावर मुकाट बसलेल्या विजयला पार समुद्रपार जायचं होतं.

सूर्याचा लालभडक गोळा निळ्या पाण्यात विरघळत होता. तिन्हीसांज झाली होती. रेणू आणि रघू परतत होते. त्यांना बघून विजय उठला.

"आला नाहीस ना खेळायला?"

रेणू रुसली होती.

"जाऊ दे गं. भाव खातोय उगीच." रघूनं तिची समजूत घातली.

ते तिघं घरी परतत होते.

"आई गं-" विजय कळवळून खाली बसला. पायात भला मोठा काटा घुसला होता. रघूनं तो काढून टाकला. रेणूनं परकराच्या टोकानं पाय पुसला तेव्हा वाळू व रक्त परकराला लागलं होतं. रघूच्या खांद्याच्या आधारानं लंगडत विजय घरी आला. रेणूचा चेहरा उतरून गेला होता. घरी गेल्यावर थंड पाण्याचा पेला तिनं त्याच्यासमोर धरला. तांब्यात गरम पाणी आणून समोर ठेवलं. रात्री मामींनी गरम पोटीस बांधलं तरी विजय गप्पच.

"काही केलं तरी विजय इथे रमत नाही. ती पोर रेणू! किती पुढं पुढं करते. पण हा घुम्मच असतो. फार दुखावलाय मनातून." झोपलेल्या विजयच्या अंगावर पांघरूण घालत मामी मामांना सांगत होत्या. विजयनं डोळे मिटून घेतले होते, पण सारं ऐकत होता.

"स्वाभाविक आहे ते. पण सुभद्रा, तू बघशील हीच तीन मुलं, उद्या रत्नागिरीचं नाव वर आणतील. रघूला डॉक्टर बनवू. विजय वकील होईल आणि रेणूला एम.ए.पर्यंत शिकवू. तिघं जण इथेच आपले व्यवसाय करतील. या गावातील सगळी मुलं शिक्षण घेतलं की मुंबई, पुणं गाठतात. पण ही आपली मुलं पुण्यामुंबईत शिकून परत इथे येतील."

मामा भरभरून बोलत होते.

"कोण जाणे उद्या काय होणार ते? पण आता तरी मला विजयची काळजी

वाटते. आपण सगळे इतकं प्रेम देतो आहोत. पण तो अंग चोरून घेतो, काय आहे त्याच्या मनात-'' मामी उदास सुरात म्हणाल्या आणि ते खरंच होतं.

विजयच्या मनात त्या घराबद्दल मुळीच माया नव्हती. तो शिकणार होता. मोठा होणार होता. मामांचा आश्रित होणार नव्हता. रत्नागिरीत तर मुळीच राहणार नव्हता. ते घर त्याला आवडत नव्हतं. मामा-मामींबद्दल ओढ वाटत नव्हती. ती रेणू, तो रघू यांचा राग येत असे. अंग चोरून, फांदीवर बसलेल्या पक्ष्यासारखा तो घरात वावरत असे.

रेणूनं परसदारी लावलेला जाईचा वेल आता पार वरपर्यंत पोचला होता. मागील दारी मोठं कुळागर होतं. मधोमध मोठी विहीर होती. कुणबी पायानं रहाट सरकवत होता. विहिरीतून भरून येणारं पाणी पाटात रिकामं होत होतं, खळखळत पुढं सरकत होतं. रेणू केव्हाची पाटात पाय भिजवत कुळागरातून हुंदडत होती. आठवीची परीक्षा संपली होती. रघू, विजय दहावीची तयारी करीत होते.

केव्हापासून विजय आंब्याच्या पारावर बसून गणितं सोडवत होता. रेणूनं पिवळीधम्मक ओली चाफ्याची फुलं त्याच्या पुढ्यात टाकली. विजयनं मानही वर केली नाही.

"अरे, बघ ना, किती छान फुलं आहेत?" ती म्हणाली.

"फुलात काय बघायचं? आणि आजच बघतो आहे का फुलं? फुलं बघायला सवड नाही मला. जा. मला त्रास देऊ नकोस." त्याने वहीवरची नजर न काढताच म्हटलं. रेणू उभीच होती.

"रघूची नाही परीक्षा आली? तो नाही असा वागत. तूच सदान्‌कदा असं तुसड्यासारखा का वागतोस?"

"हो, आहेच मी तुसडा. रघू चांगला वागतो आहे ना? मग त्याच्याकडे जा. माझ्यामागं का लागते आहेस?"

विजयनं मान वर केलीच नाही. रेणूचे डोळे भरभरून वाहत होते. तिनं फुलं गोळा केली आणि पाटाच्या पाण्यात एकेक करत सोडून दिली आणि पाटाच्या कडेनं चालायला लागली. थोडी पुढं गेली आणि थबकलीच.

पाटाच्या पाण्यातून येणारे एक फूल रघू उचलत होता. ते बघून रेणू झाडाआड झाली. रघूनं फुलं उचलून ओंजळीत धरली होती. त्या फुलांकडे तो एकटक बघत होता. झावळीतून येणाऱ्या सूर्यकिरणांच्या कवडशात पाटाचं पाणी चमकत होतं. तिथे बसलेल्या रघूला पाहून रेणूला अवघडल्यासारखं झालं होतं. ती हळूहळू घराकडे परतली.

दहावीच्या परीक्षेत रघू, विजय दोघं जण चांगल्या मार्कांनी पास झाले होते. मामांनी सर्वांना घेऊन पुळ्याच्या गणपतीला जायचं ठरवलं. मामा क्वचितच

बोलत. पण आज आनंदानं ते नुसते निथळत होते.

गणपतीचं दर्शन झालं. तिथेच समुद्रकिनाऱ्यावर सर्वांसोबत मामा बसले होते. समोरच्या समुद्रासारखे शांत. गंभीर. रेणूसुद्धा रघू-विजयकडे बघत होती. बघता बघता ते दोघं किती मोठे झाले होते!

आणि... ती तरी कुठे लहान उरली होती? रघू उंच, गोरापान, नाकेला आणि विजय काळासावळा पण रेखीव.

रेणूनं उगीचच साडीचा पदर सारखा केला. उधाणलेला समुद्र किनाऱ्याकडे झेपावत होता. म्हणून पदर, केस वाऱ्यावर उडत होते आणि मनसुद्धा. या विजयनं नेहमीच तिला तुसड्यासारखं वागवलं होतं. तिनं दाखवलेला आपलेपणा त्यानं कधी समजून घेतलाच नव्हता आणि आतातर तो जाणार. तो दूर जाणार या विचारानं रेणू उदास झाली होती. त्या दोघांशिवाय या घरात आता कसं राहायचं या कल्पनेनं तिला सुचत नव्हतं.

"रघू, विजय आणखीन एखाद्या महिनाभरात तुम्ही दोघं पुण्याला जाल. तिथे चांगल्या कॉलेजमध्ये वसतिगृहात प्रवेश मिळाला आहे; खूप शिका; जे जे चांगलं आणि शिकावंसं वाटेल ते ते शिका. नाव कमवा. पण त्या शिक्षणाचा उपयोग या गावासाठी करा. ही रत्नागिरी. खरोखरच बुद्धिमत्तेचं आगर. पण इथली सारी बुद्धी पुण्यामुंबईत वापरली जातेय. रघू, तू डॉक्टर हो. पण दवाखाना इथे सुरू कर. विजय तू वकिलीची सुरुवात कर."

"आणि दादा, मी एम.ए. होईन; इथेच प्राध्यापिका होईन-" रेणू उत्साहानं म्हणाली.

त्यावर मामी हसत म्हणाल्या, "म्हणजे तूही रत्नागिरीत? रत्नागिरीचाच नवरा शोधावा लागणार मग?"

रेणू लाजून वाळूवरून रेघोट्या काढत होती.

मामा बोलत होते, "मला मुलगा नाही. पण देवानं तुमच्यासारखी गुणी मुलं अनायासे हाती सोपवली. या भूमीचं ऋण तुमच्या हातून फिटावं असाच योग असेल कदाचित."

त्यानंतर विजयनं रत्नागिरी सोडली आणि तो पुण्याला गेला, तो पुण्याच्या प्रेमातच पडला. पुण्याच्याच का? आभाच्यासुद्धा. बघता बघता सात वर्षं संपली होती. एलएल.बी.चं शेवटचं वर्षही संपत आलं होतं. पहिली दोन वर्षं केवळ परिचय, नंतर सतत सहवास. यामधूनच विजय आणि आभा एकमेकांच्या जास्ती जवळ आले होते. आभा विजयच्या बरोबरीनं शिकत होती. लॉ कॉलेजमध्ये सर्व विद्यार्थ्यांत आभा बिजलीसारखी चमकत होती. तिच्या बुद्धिमत्तेचं विजयला कौतुक वाटत होतं. पुण्यातलं मोकळं वातावरण आणि आभाचा सहवास यांमधून विजयचा

घुमेपणा संपला होता. घुसमुटणाऱ्या सुरवंटाचं फुलपाखरू झालं होतं. ते फुलपाखरू आभाभोवती रुंजी घालत होतं. रत्नागिरी- मामा-मामी-रेणू हे फार मागं जात चाललं होतं.

रघू आणि विजय पहिली दोन वर्षं एकत्र राहत होते. रघूनं मेडिकलला प्रवेश घेतला तसे दोघांचे मार्ग वेगळे झाले होते. विजयपासून वेगळं होणं रघूला जेवढं जाणवत होतं, तेवढंच विजयला सुटल्यासारखं झालं होतं. याच वेळी आभा त्याच्या खूप जवळ येत चालली होती.

त्या दिवशी कॉलेज आटोपून आभा आणि विजय, बंडगार्डनमध्ये इथे तिथे फिरत होती. दोघं हात हातात घेऊन मोकळेपणानं वावरत होती.

''विजय, लॉचं शेवटचं वर्ष आहे आता. तू पुढं काय करणार की रत्नागिरी?''

आभा डोळे मिचकावत म्हणाली. त्या नजरेत विजय स्वत: पूर्ण हरवून गेला होता.

''आभा, रत्नागिरी मला आवडतं, पण तिथला फक्त समुद्र. आणि तो तर रोज मी या नजरेत बघतो आहे. मग रत्नागिरीत काय उरलं आता?''

''का? तुझे मामा? त्यांच्या आदर्श कल्पना? रत्नागिरीचा उद्धार?''

''हंबग. मला ते कधीच पटलं नव्हतं. मला माझ्या कर्तृत्वावर स्वतंत्र जग निर्माण करायचं आहे. खूप वेगळं. आभा, तुझी साथ असेल, तर मी आभाळातली सारी नक्षत्रं या पृथ्वीवर खेचून आणेन. त्या नक्षत्रांनी, आपलं दोघांचं जीवन सजवेन. आज मी तसा कुणीच नाही. पण तू साथ दिलीस, तर मी खूप काही करू शकेन. आपण दोघं एकत्र वकिली सुरू करू. एक आदर्श घालून देऊ सर्वांना. तू फक्त हो म्हण. अजूनी दोन-तीन वर्षं उमेदवारीची, नंतरची वर्षं कर्तृत्वाची. स्वत:चा बंगला, गाडी! सारं जीवन कसं पॉश हवं.''

''आणि हे मिळवायचं, तर केवळ आदर्श विचारच असून चालणार नाही. खूप मोठ्यामोठ्यांची कामं मिळवता आली पाहिजेत. मी स्त्रियांची कायदेशीर सल्लागार बनेन आणि माझ्यासाठी, तुझ्यासाठी येणारे सारे खटले आपण दोघं पण सोडवू.''

आभाही नकळत विजयच्या स्वप्नात गुंतत निघाली होती.

''म्हणजे आभा?''

''होय विजय. ते मी स्वत: सांगायलाच हवं का? मला पण असाच जोडीदार हवा आहे. माझ्या डॅडी-मम्मींना तू पसंत आहेस. फक्त माझी अट एकच. अजूनी पाच वर्षं लग्न करायचं नाही. सर्व नीट मार्गी सुरळीत लागेपर्यंत संसारात गुंतायचं नाही.''

त्यानंतर विजय-आभा गुंततच गेले. रघू सारं बघतच होता. सुटीत नियमानं रत्नागिरीला जात होता. दर वेळी विजय अभ्यासाचं कारण सांगून जायचं टाळत

असे. वर्षातून अगदी नाइलाजानं एकदाच जायचं म्हणून जात असे.

दिवाळीत घरी येण्यासाठी मामांचं पत्र आलं. तसा रघू विजयला भेटायला आला.

"विजय केव्हाची तिकिटं काढू?" त्यानं विचारलं.

"सॉरी रघू, माझा अभ्यास व्हायचा आहे."

"अरे, चार दिवसांनी काय होणार? माझा अभ्यास नाही?"

"तू स्कॉलर आहेस. शिवाय रत्नागिरी तुला आवडतं." विजय खोचकपणे हसला.

"आवडायचा प्रश्न कुठे विजय? मामा-मामी थकलेत, शिवाय..."

"रेणू वाट बघते. असंच ना?" विजय हसला.

"विजय, आभा भेटल्यापासून रेणूच्या पत्रांना तू उत्तरही पाठवत नाहीस, किती काळजीनं ती वाट बघते आपली. न चुकता पत्र पाठवते-" रघू म्हणाला.

"मी कुठे म्हणतोय तिला की पत्र पाठव? पूर्वीपासून बघतोय मी. उगीचच माझ्या मागं मागं पीरपीर... आणि रघू, तू रेणूची आणि आभाची तुलनाच कशी करतोस? कुठे ती काकूबाई आणि कुठे ती आभा? काही साम्य आहे?"

"विजय- विजय, कडकडणारी वीज क्षणभर नजरेत तळपते आणि संपते. चंद्रकोर मात्र शांतपणे आभाळातून सारा खेळ बघत असते. आभा आणि रेणूत साम्य नाहीच."

"जाऊ दे यार. तू जा रत्नागिरीला. मला राहू दे इथे."

विजय दिवाळीत मुंबईला आभाच्या घरी जाणार होता. मुंबई त्याला मोहवत होती. रघू एकटाच रत्नागिरीला गेला.

त्यानंतर एकदा विजय, रघू अकस्मात आलेल्या तारेनं हादरून गेले. मामा सिरिअस होते आणि दोघांना ताबडतोब रत्नागिरीला बोलावलं होतं.

मामांना हृदयविकाराचा तीव्र झटका आला होता. ते खूप नाजूक अवस्थेत होते. मामी आणि रेणू खूप घाबरल्या होत्या. खूप दिवसांनी विजय रेणूला बघत होता. किती वेगळी दिसत होती ती! काळ्याभोर लांब केसांची साधी एक वेणी, चेहऱ्यावरचे सौम्य मार्दव, बांधेसूद नीटस शरीर. तिचा चेहरा मामांच्या काळजीनं उतरून गेला होता. रघू डॉक्टर होता. तो मामांजवळ बसला. विजयही घरातलं वातावरण बघून गंभीर झाला होता. या घरानं त्याला सर्व काही दिलं होतं. त्याच्या खुरटलेल्या पंखांना शक्ती दिली होती; उडायला दिशा दिली होती. पण विजयनं या घराला कधीच आपलं मानलं नव्हतं. त्या सर्वांपासून नेहमीच तो दूर राहिला होता. आसन्नमरण मामा, भयग्रस्त मामी आणि रेणू यांना बघून या क्षणी मात्र तोच मनातून शरमला होता. सावत्र आईच्या हातून सोडवून आणलेल्या त्याच्या पोरकेपणावर त्या घरामधल्या सर्वांनीच मनापासून प्रेम केलं होतं. घासातला घास दिला होता.

पण विजय मात्र तुसड्यासारखा वागत आला होता. ते उंच मामा, लहानखुरी रेणू आणि मामी त्याला कधीही आपले वाटले नव्हते. सदा अंग आकसून वावरणाऱ्या मांजरीच्या पिलासारखा, त्या माणसांना, त्या घराला, तो दूर दूर ठेवत होता. त्याचा जणू त्या घराशी संबंधच नव्हता. तेव्हाही आणि आत्तासुद्धा.

संध्याकाळची वेळ. सारं घर कसं शांत होतं. ओसरीवर काही माणसांची कुजबुज दबत्या आवाजात सुरू होती. विजय खोलीतल्या कॉटवर पायाची जुडी करून बसला होता. मामी आत आल्या; विजयसमोर बसल्या. त्यांच्यात खूपच बदल झालेला विजयला प्रथमच जाणवला. पूर्वीच्या उत्साही, आनंदी मामी पार पार थकल्या होत्या. या मामींनी विजयला केवढं प्रेम दिलं होतं! पुण्यात गेलेला विजय मामींचं प्रेम पार विसरून गेला होता. आभाच्या प्रेमानं त्याचं सारं जग भारून गेलं होतं. त्याची त्यालाच लाज वाटली. समोर बसून रडणाऱ्या मामींना तो म्हणाला,

"रडू नका मामी. मामा बरे होतील. सगळं ठीक होईल."

"नाही विजय, हे आपले शेवटचे दिवस आहेत असंच त्यांनी मनात धरलं होतं. सारखी निरवानिरव चालू होती. रेणूची काळजी करत होते. या महिनाभरात तर खूपच." मामी सावकाश बोलत होत्या.

"रेणूची काळजी? ती शिकलेली आहे, सुशील आहे. सहज चांगला नवरा मिळेल. आपण सर्व जण आहोत." विजय म्हणाला.

मामी हसल्या.

"नुसत्या रेणूचीच नव्हे, तर तुझी आणि रघूचीपण. तुम्ही शिक्षण पूर्ण करून रत्नागिरीत यावं असं त्यांच्या खूप मनात आहे. अलीकडे तोच विषय सारखा बोलायचे. त्यांचं रत्नागिरी-प्रेम तुला माहीत आहेच ना?"

विजय गप्पच होता. रत्नागिरीत परत न येण्याचं त्यानं ठरवलंच होतं, केव्हाच! त्याचा मार्ग त्यानं आखला होता. आभाला त्यानं लग्नाचं वचनही दिलं होतं. या घरानं त्याच्यासाठी जे काही केलं होतं, त्यासाठी तो नेहमीच कृतज्ञ राहणार होता. कधीतरी हे सांगायचा धीर तो करणारच होता. पण ते बोलण्याची ही वेळ नव्हती. या क्षणी त्या साऱ्या घराबद्दल त्याला विलक्षण आपलेपणा वाटत होता. मामा-मामींचं प्रेम आणि या घरावर मृत्यूनं धरलेली सावली यामध्ये विजयचं मन कातर बनलं होतं.

"हे वाच. पंधरा दिवसांपूर्वी लिहून ठेवलं आहे. पोस्टानं तुला पाठवणार होते. पण पाठवलं नाही. या पत्राला तू काय उत्तर देशील या एकाच विचारानं, ते खूप काळजी करत होते. हे हृदयाचं दुखणं. त्यातूनच-

पण- विजू, पत्रात काय लिहिलंय याची मला कल्पना आहे थोडीफार. तू योग्य तो निर्णय घे."

मामी बाहेर गेल्यावर विजयनं खोलीचा दरवाजा बंद केला. पत्रातली अक्षरं वाचता वाचता तो बधिर होत चालला होता. पुन:पुन्हा वाचूनही अक्षरांचा अर्थ लागत नव्हता.

चि. विजय यांस,

शुभ आशीर्वाद. खूप दिवस झाले तू इकडे आलाच नाहीस. आता जीव थकून गेला आहे. वाढत्या वयाची जाणीव प्रत्येक पावलाला होते आहे. रघू आणि तू कर्तबगार बनलात. पण तुमची बुद्धी, शिक्षण या गावाच्या कामी यावं, असं मनापासून वाटतं तशीच दुसरी काळजी आहे रेणूची.

ती एम.ए. झाली व लग्नाचं वय झालं. देवदयेनं गुणी निघाली, सुशील आहे. परवाच तिच्या मनाचा कानोसा घेतला. तिच्या मनात लहानपणापासून तू आहेस. लग्न केलं तर तुझ्याशीच असं म्हणते. तुझा नकार असेल तर तिचा आग्रह नाही. मग ती लग्न न करता नोकरी करेल. देवदयेनं शेती, कुळागरं आहेत, ती सांभाळेल. तुला मी इथे घेऊन आलो, ते माझ्या बहिणीची एक निशाणी आणि कर्तव्यभावना. माझ्या मनात त्या वेळी इतकंच होतं. तू, रघू, रेणू तुम्हाला एकत्र मोठे होताना बघून माझं मन अभिमानानं भरून येत होतं.

मी परतफेडीची अपेक्षा करत नाही. तुझा निर्णय तू घेऊ शकतोस, विजय! पण माझ्या रेणूसाठी आज वयाचं मोठेपण विसरून मी इतकंच मागतो आहे की, रेणूला होकार दे. तुझ्या होकारानं हे सारं घर सुखी होणार आहे. तू विचारी आहेस. जाणाऱ्या जिवाला शांती मिळावी, असाच निर्णय तू घेशील असा मला विश्वास आहे.

हे घर, शेती, कुळागरं आणि तुझी मामी साऱ्यांना तू जपावंस इतकंच मागतो. सुखी राहा.

तुझा,

विश्वनाथमामा-

पत्र वाचून विजय पार हादरून गेला होता. जाता जाता मामांनी असं कोंडीत पकडलं होतं. ही उपकाराची फेड की आश्रित करून ठेवण्याचा एक डाव?

—रेणूच्या मनात मी?

माझ्या मनात आभा...

या काकूबाईशी लग्न करायचं? जन्मभर ही सोबत मुकाटपणे निभवायची? मग मुंबईतली वकिली? आभासोबतचं सहजीवन?

छे!

माझं जीवन, हे माझंच जीवन आहे. पूर्ण माझं.

कुणा रेणूचा, कुणा मामांचा निर्णय हा माझा निर्णय असू शकत नाही.

पत्र वाचून विजयनं सरळ समुद्रकिनारा गाठला होता. समोरच्या उधाणत्या समुद्रापेक्षा मनातलं तुफान प्रचंड होतं. त्या आवर्तात विजय गरगरत होता. रघू त्याच्या शेजारी केव्हा येऊन बसला ते त्याला समजलंच नव्हतं.

''विजय, एकटाच का आलास?''

''लहानपणी आप्पांच्या गावचा नामा खारवी मला घेऊन जाणार होता. तेव्हा गेलो असतो तर फार बरं झालं असतं-'' तुटकपणे विजय म्हणाला.

''इतका वैताग कशासाठी, विजय?'' रघूनं विचारलं. ''मामींनी मला सारं सांगितलं. तसं कशाला? रेणूचं मन मला केव्हापासून समजलं होतं.''

''मग तू तिचं मन का वळवलं नाहीस? तुला माहीत नव्हतं की, मी आभात गुंतलो आहे? तू स्पष्ट कल्पना द्यायला हवी होतीस. तिला किंवा निदान मला तरी-''

''काय झालं असतं कल्पना देऊन? रेणूचं मन बदललं असतं की तुझं? प्रेम असं ठरवून करता येत नाही विजय. रेणू अगदी लहानपणापासून तुझ्यावर प्रेम करतेय. तू समजूनच घेतलं नाहीस कधी, ते समजून घेतलं असतंस तर...''

''मी आणि रेणूला समजून घेणार? काय आहे समजून घेण्यासारखं? चार वाक्यं बोलू शकते? रांगोळी, सारवण, वाळवण करणाऱ्या मुलीशी जन्म काढायचा?''

''विजय, तू रेणूला समजूच शकला नाहीस. अरे, संसार करण्याला योग्य असे सारे गुण आहेत तिच्यात. बुद्धिमान आहे. मर्यादशील आहे, तशीच कर्तृत्ववानही! आभाची बुद्धिमत्ता ही स्त्रीची एक बाजू आहे. पण केवळ बुद्धिमत्ता हे स्त्रीचं संपूर्ण रूप नव्हे. स्त्री बुद्धिमान हवी, तशीच मर्यादशीलही असावी. हे सारं रेणूत आहे. विजय विचार कर. तुझ्या होकारावर सारं घर सावरणार आहे. नकारावर अनेक जणांचं उद्ध्वस्त होणं...''

''म्हणजे इतरांसाठी मी उद्ध्वस्त होऊ?'' विजयनं विचारलं.

''काय हरकत आहे? आपल्यामुळे जर हे सारं घर मार्गी लागत असेल तर? विजय, आधी हे घर उजाड करून, त्यावर तू स्वतःची फुलबाग फुलवणार. सुखी होशील? रेणूचा आग्रह नाही. ती शांतपणे, चूपचाप जळेल. हुंदकाही उमटणार नाही. पण... आपण माणसं आहोत, विजय. माणुसकी कशी विसरणार?''

''रघू, तू लग्नाचा भावी जीवनाचा विचार केला आहेस. पण तुझ्या आणि माझ्या विचारात जमीन-अस्मानाचा फरक आहे. मला माझी पत्नी माझ्यासारखीच असायला हवी आहे.''

"तुझ्यासारखी म्हणजे?"

"म्हणजे बुद्धिमान. मला शोभेल अशी." विजय आढ्यतेनं म्हणाला.

"पण रेणू बुद्धिमान नाही, हे तू कसं ठरवलंस? कधी भेटला आहे तिला या चार-पाच वर्षांत? कधी ऐकले आहेस तिचे विचार? कधी लक्ष देऊन पाहिलीस तिची मर्यादशीलता?"

रघू पाठोपाठ प्रश्न विचारत होता. वकील असूनही, विजय निरुत्तर झाला होता. थोडा वेळ जाऊ दिल्यानंतर मग रघूच म्हणाला, "विजय, दोन माणसं बुद्धीच्या जोरावर एकत्र आली तर ती नंतर ठरते फक्त बुद्धीची चकमक. दोन तारा एकमेकांवर घासून वीज निघेल. पण एक तारच सुरेल असेल, तर? आपसूकच ते तंतुवाद्य सूर निर्माण करतं; आणि खरी गोष्ट तर ही आहे विजय, की तू फक्त डिग्री मिळवलीस, पण जीवनाचा अर्थ तुला समजलाच नसावा. तसं असतं, तर रेणूच्या बाबतीत तू साशंक झालाच नसतास. आज क्षीण चंद्रकोरीसारखी दिसणारी रेणू उद्या... उद्या निश्चितच पूर्ण चंद्राचं रूप घेणार आहे. पाहशील तू!"

विजय काहीच बोलला नाही. समोरचा समुद्र मात्र खळखळत होता. त्यापेक्षाही जास्ती खळबळ मनात होती. तिथून पळून जावं असा एक जोरदार विचार मनात येत होता. पण पाऊल निघत नव्हतं. तो सुन्न झाला होता...

त्या रात्री मामांना जास्तीच झालं. मामींचं रडणं आणि घरावरचं मृत्यूचं दाट सावट यानं सारं घर काळवंडून गेलं होतं. मामी एकसारख्या विजयला विनवत होत्या की, मामांचं शेवटचं मागणं त्यानं पूर्ण करावं. विजयच्या तोंडून शेवटी एका क्षीण क्षणी होकार उमटला. मामींनी विजयचा होकार पक्का धरून, त्याला आणि रेणूला आसन्नमरण मामांच्या कॉटजवळ आणलं. त्या दोघांचे हात हातात देऊन, मामांच्या कानाजवळ तोंड नेत त्या थोड्या हलक्या आवाजात म्हणाल्या, "रेणूची काळजी करू नका. हा बघा विजयच्या हातात रेणूचा हात आहे."

रघू तारवटल्या नजरेनं समोरच्या घटना बघत होता. सारं घर चिडीचूप होतं. थोड्या वेळानं घरात रडण्याचा आकांत उसळला. ओसरीवर जमलेली माणसं सुन्न झाली.

रेणूशी लग्न लावूनच मामींनी विजयला मुंबईला जाऊ दिलं. ते सारं घर मामांच्या मृत्यूच्या छायेतून बाहेर पडत होतं. तिथे राहणं विजयला असह्य झालं होतं. मामींना भेटायला येणारी सर्व माणसं मामींचं सांत्वन तर करत होतीच; पण विजयसारखा जावई त्या घराला लाभणार याबद्दल समाधानही व्यक्त करत होती. रघू घरच्या कर्त्या पुरुषासारखा सारी मामांची कामं पार पाडत होता. रेणूनं आईची सारी कामं उचलली होती. विजय मात्र खोली सोडून बाहेर येत नव्हता. कॉलेजला सुट्या असल्यानं मुंबईत जाण्याचा प्रश्नही लवकर निघत नव्हता. बांधून घातल्याप्रमाणे

तो कारणापुरताच त्या घरात वावरत होता.

एके दिवशी दुपारी मामी त्याच्या खोलीत आल्या. त्यांना बघून विजयनं पुस्तक बंद केलं. कॉटवर त्याच्याजवळ मामी बसल्या. मामा गेल्यानंतर प्रथमच मामींना तो जवळून बघत होता. एक महिन्यातच त्या अर्ध्या होऊन गेल्या होत्या. विजयसमोर मान खाली घालून मामी बसल्या होत्या. डोळ्यांमधून घळघळा पाणी वाहत होतं.

''रडू नका मामी-'' विजय म्हणाला.

''विजय, तू लहान आहेस. उपकाराची भाषा का बोलतेय असं वाटेल तुला! पण खरंच, विजय त्या रात्री तू होकार दिलास त्यानं माझी सर्व चिंता दूर झाली. यांच्या जिवाला जाताजाता किती सुख दिलंस तू! रेणूचं लग्न तुझ्याबरोबर होणार हे ऐकून ज्याला त्याला समाधान वाटत आहे. हेच व्हायला हवं होतं. आता लवकरच मुहूर्त बघते. घरच्या घरातच कार्य उरकून घेऊ. तुझे मामा असते तर...''

मामी उन्मळून रडू लागल्या.

त्यांना थांबवावं, सारं काही स्पष्ट सांगावं असं विजयला वाटत होतं. पण शब्द उमटत नव्हता.

''मामी, माझं शिक्षण अजून पूर्ण झालेलं नाही. मला शिक्षण पूर्ण करायचं आहे. खूप मोठ्ठं व्हायचं आहे.'' तो कसाबसा म्हणाला.

विजयचं बोलणं थांबवत मामी म्हणाल्या, ''शीक ना; भरपूर शीक. मोठा हो. मी आणि रेणू तुझ्याआड येणार नाही. लग्न झालं तरी रेणू इथेच राहील. तू मुंबईत राहून शिक्षण पूर्ण कर; माझी घाई नाही. पण एकदा लग्न लावून जा.''

''मामी, मामांना वाटायचं, मी शिक्षण पूर्ण करून रत्नागिरीत वकिली करावी. पण रत्नागिरी मला आवडत नाही. मी मुंबईतच वकिली करणार. तिथे जम बसवण्यासाठी खूप कष्ट करावे लागतील. मला तिथे राहण्यासाठी घर उभं करावं लागेल. त्यासाठी भरपूर पैसे कमवावे लागणार. तुमच्याकडून मी पैसे घेणार नाही. हे सर्व उभं करायचं, तर चार-पाच वर्षं लागणार. निदान तेवढी वर्षं, तुम्ही रेणूला तिकडे पाठवायचं नाही. नाहीतर लग्न झाल्यावर लगेच संसार थाट म्हणाला तर जमणं शक्य नाही आणि तुम्हीही विचार करा मामी. रेणूला यापेक्षाही चांगला मुलगा शोधू आपण. माझा तरी कशातच ठिकाणा नाही अजून.''

मामी त्याचं बोलणं कौतुकानं ऐकत होत्या. रेणूचं लग्न होणार होतं. शिवाय चार-पाच वर्षं ती रत्नागिरीतच राहणार होती; पाच वर्षांत विजय शिक्षण पूर्ण करणार होता; घर उभारणार होता; रेणूला घेऊन जाणार होता. मामीचा जीव सुखानं भरून गेला होता. लहानसं का असेना, लग्नकार्य त्यांनी देखणेपणानं पार पाडलं.

रेणूशी लग्न लावून आलेला विजय मुंबईत परतला आणि आभाच्या संतापाच्या उद्वेगात पुरता भाजून निघाला. आभा, विजय आपापली उमेदवारीची वर्षं पार पाडत होते. बॅरिस्टर चौबळांच्या हाताखाली होतकरू वकील म्हणून काम करणाऱ्या विजयनं सारं लक्ष कामावर लावलं होतं. त्याचं एक स्वप्न तरी हातून निसटलं होतं. आता वकिलीत नाव मिळवायचं, पैसा कमवायचा, बंगला बांधायचा, गाडी घ्यायची. यासाठी तो रात्रंदिवस राबू लागला. चौबळसाहेबांचा विश्वास त्यानं संपादन केला. नव्या ओळखी झाल्या. मधेच झालेल्या चौबळसाहेबांच्या मृत्यूनं त्यांची मोठमोठी कामं विजयला मिळाली. अनेक मोठ्या कंपन्यांनी कायदेशीर सल्लागार म्हणून त्याची निवड केली. बंगला तयार व्हायला लागला. गाडी आली. स्वतंत्र ऑफिस तयार झालं. मधल्या मरगळलेल्या वर्षांमधून सावरतच विजयनं यशाचं शिखर गाठलं. त्यानंतर रत्नागिरीला तो कधी गेलाच नाही. आभाशी तुटलेले स्नेहबंध त्यानं पुन्हा जोडले होते. सहाध्यायी म्हणून भेटता भेटता तिचे गैरसमज त्यानं दूर केले होते.

आत्ता आरामखुर्चीत बसून, समोरचा नीरव परिसर न्याहाळताना विजयना सारा जीवनपट आठवत होता. कितीतरी वेळ झाला होता. आज इझाबेला भेटून गेल्यापासून मन असं सैरभैर झालं होतं.

मार्टिनानं जाता जाता या मनाला एक धक्का दिला होता!

—'खरा दुःखी आहे तुमचा मुलगा सर. तो सुखी असणं शक्यच नाही.'

आभा म्हणाली होती, 'मला हेवा वाटतो तुझा. आपण पती-पत्नी असतो तर? गॉड नोज...'

खरंच, आभाशी लग्न करता आलं नाही म्हणून आपण दुःखी झालो. रेणूचा राग केला. पण आभाशी लग्न झालं असतं तर? कोण जाणे! गॉड नोज... स्वप्नं सत्यात उतरली तर... दुरून दिसणारे त्याचे मोहक रंग, कदाचित... या 'कदाचित'पाशीच विजयचे विचार थांबले. रात्र खूप वर आली होती. थंडीनं, धुक्यानं सारा परिसर भरून गेला होता. अंगावर रजई ओढून घेऊन ते कॉटवर तळमळत होते. ही अशी तळमळ नेहमीचीच होती- रेणू नव्हती तेव्हा आणि रेणू आल्यानंतरसुद्धा.

आणि घर सोडून रेणू निघून गेल्यानंतरसुद्धा.

विजयना या अस्वस्थ तळमळीनं नेहमीच घेरलेलं असायचं. आता अंथरुणावर पडूनसुद्धा विजयना आठवत होता तो या घरात रेणू आलेला पहिला दिवस!

मामांच्या मृत्यूनंतर साऱ्याच घटना विलक्षण झपाट्यानं घडल्या होत्या. ध्यानीमनी नसणाऱ्या. रात्रंदिवस स्वप्नात असणारी आभा कुठल्याकुठे हरवली होती आणि जिला नेहमीच झिडकारलं ती रेणू जन्माची जोडीदार बनली होती.

सारा सारीपाट उलटसुलट झाला होता...

अनपेक्षित दानं पडत होती.

नको तिथे हार-जीत पदरात घ्यावी लागली होती. मधली काही वर्षं अशीच निघून गेली. रघूनं मामांच्या इच्छेनुसार रत्नागिरीतच हॉस्पिटल उघडलं होतं.

रेणूला मुंबईला पाठवण्यासाठी मामी पुन:पुन्हा पत्र पाठवत होत्या. पण लग्न लावताना व त्यानंतर मुंबईत येताना, त्यानं मामींना निक्षून सांगितलं होतं की, जोवर आपलं सर्व नीट सुरळीत मार्गी लागणार नाही, तोवर कोणत्याही परिस्थितीत त्यांनी रेणूला मुंबईत नेण्याचा आग्रह धरू नये.

''मामी- मामांच्या इच्छेप्रमाणे, तुमच्या हट्टासाठी लग्न लावून घेतलं आहे. पण तेव्हासुद्धा माझ्या मनाचा निर्णय पक्का होत नव्हता; अजूनही मी गोंधळलो आहे. पण निदान ही तीन-चार वर्षं मला निवांत मिळू देत. ही महत्त्वाची चार वर्षं मला जीवन उभं करण्यासाठी हवी आहेत, त्याच्याआड तुम्ही येऊ नका, मामी.''

हे बोलताना त्याला संताप येत होता; अगतिकपणाचं दु:ख वाटत होतं. त्याचा आवेश बघून मामी गप्पच बसल्या.

''रघू, तुला सर्व माहिती आहे. रेणूला मुंबईत घेऊन येण्याचा मूर्खपणा करू नकोस. परिणाम काय होईल, याची तुला कल्पना आहेच-'' निघताना विजयनं रघूला सांगितलं होतं.

''पण विजय, असं किती दिवस चालणार?''

''बघू, जे घडू नये ते घडून गेलंय. आता यातून मार्ग, निदान आज इथून निघून जाणं इतकाच मला दिसतो आहे.''

विजय मुंबईत आला होता.

वकिलीत तुफान यश कमावून, हे सारं वैभव त्यानं मुंबईत उभं केलं होतं. या चार वर्षांत प्रचंड कष्ट केले होते. तो रत्नागिरी विसरत चालला होता...

आभानं लग्नच केलं नव्हतं. रेणूशी केल्यानं विचलित झालेल्या आभानं विजयवर पुन्हा ताबा मिळवला होता. अनेक संध्याकाळी, बऱ्याचशा रात्री एकत्र जात होत्या.

लहानपणापासून जे जे हातून सुटलं होतं, ते ते विजयनं अट्टाहासानं परत मिळवलं होतं. मग त्यासाठी त्याला स्वत:च्या मनाला मुरड घालावी लागली होती; कधी चाकोरीबाहेर जावं लागलं होतं. एक धुंदी, एक कैफ साऱ्या जीवनावर पसरला होता. जीवन सुसाट वेगानं, सारी आव्हानं स्वीकारत धावत होतं; बेबंद वाऱ्यासारखं...

आणि एके दिवशी... अचानक रेणूला घेऊन रघू आला होता. ती राहण्याच्या तयारीनं आली आहे हे तिची भली मोठी बॅग बघून लक्षात येत होतं; विजय

हादरलेच होते. हे त्यांना अपेक्षित नव्हतं.

पण... हे कधीतरी होणारच होतं. लग्न होऊन चार वर्षं झाली होती. मामींची पत्रं, बोलावणी येत होती. पण निघताना त्यानं जे उत्तर दिलं होतं तेच उत्तर तो कायम देत होता. विजयच्या विक्षिप्तपणाला घाबरून मामी गप्प बसत होत्या. त्याचं शिकण्याचं वेड मामींना माहिती होतं. त्याच्या मनाचा नीट कौल लागण्याआधीच हे लग्न त्याच्यावर थोडंसं घाईनंच लादलं गेलं आहे याची मामींना कल्पना होती. तरी त्या रघूला पुन:पुन्हा विजयकडे पाठवत असत.

"विजय, किती दिवस तू रेणूला असा टाळणार? चार वर्षं व्हायला आली. गावात लोक विचारतात. मामी सारख्या विचारत असतात. आजपर्यंत काहीना काही कारण सांगून मी टाळत आलो आहे. पण आता जास्ती दिवस टाळू शकत नाही. आणि आता तर तुझा बंगला झाल्याचंही रत्नागिरीत समजलं आहे. तो भिकूशेट तर इथे राहूनच गेला. काय करायचं सांग आता?"

रघूनं निर्वाणीनं विचारलं होतं. विजयना उत्तर सुचत नव्हतं. ते म्हणाले,

"माझंच चुकलं. त्या रात्री माझा नकार मी स्पष्ट सांगायला हवा होता. सगळा घोळ त्यानंतर वाढतच गेला."

रघू हसला.

"तू वकील आहेस विजय. या साऱ्या घटना घडून चार वर्षं होऊन गेली. अजूनी तू हाच विचार करावास? जे झालं ते झालं. रेणूला येऊ दे. पाहा तर ती मुलगी, या घराचा स्वर्ग बनवेल."

"रघू, बस्स झालं. तुला माहिती आहे. माझं आभावर प्रेम आहे. रेणू इथे आली, तर फक्त अपमानच सोसत जगावं लागेल तिला. लक्षात ठेव. तिला इथे आणू नकोस."

इतकं निक्षून सांगूनही रघूच्या सोबतीनं रेणू आली होती. तिला बघून विजयचा संताप चढला होता. ती इथवर येण्याचं धाडस करणारच नाही, असं त्यांना वाटलं होतं. आपल्या मौनाचा अर्थ तिला समजेल असं वाटत होतं. घाईघाईनं रघूला माडीवरच्या खोलीत एकटं गाठून विजय म्हणाले, "रघू, तुला सर्व माहिती असताना, तू तिला इथे घेऊन आलास! काय करू मी हिचं!"

"ती इथेच येणार ना विजय? या घराशिवाय तिचं दुसरं घर असूच शकत नाही. मामी ऐकायलाच तयार नाहीत."

"मला जमणार नाही तिच्याबरोबर राहणं या घरात! रेणूसोबत राहणं ही कल्पनाही सोसवत नाही मला."

"विजय, पण रेणू तुझी पत्नी आहे हे सत्य आहे आणि सत्य तू नाकारू शकत

नाहीस. तू वकील आहेस. खऱ्याखोट्याची जाणीव तुलाच जास्ती असायला हवी ना?''

"तू मला भीती घालतोस?''

"भीती नव्हे विजय, जे तुला सांगायचं, ते स्पष्ट रेणूला सांग. पण विचार करून सांग. रेणू तुझी पत्नी आहे. एका क्षीण क्षणी का असेना, तू तिचा स्वीकार केला होतास. त्या मुलीचा दोष तरी सांग.'' रघूनं विचारलं.

"दोष हाच की तिनं स्वतःच्या योग्यतेपेक्षा जास्ती अपेक्षा केली.''

"योग्यता? योग्यता कुणी कुणाची ठरवायची? आपली आपण की इतरांनी?''

विजय काही बोलणार तोच रेणू तिथे आली.

"मी सारं घर शोधलं. पण तुम्ही दोघं इथे?'' रेणू हसत म्हणाली. रघूही सहजपणेच म्हणाला,

"घर आवडलं का रेणू? मी खूपदा आलोय. मला खूप आवडतं. तुला?''

"सगळं घर छान आहे. पण स्वयंपाकघर मात्र खूपच लहान आहे बाई.''

"तुला काय रत्नागिरीसारखं स्वयंपाकघर हवं होतं? आंबे, फणसांचा पसारा मांडलेलं?'' रघू हसला. विजय मात्र न बोलता खोलीतून निघून गेले. त्यांच्याकडे बघत रेणू म्हणाली,

"रघू, मला खूप भीती वाटतेय. लग्न होऊन चार वर्षं झाली. कधी हे रत्नागिरीला आले नाहीत की साधं पत्र नाही. तू खुशाली सांगत होतास तेवढंच! पण आता मीहून आले तरी...''

रेणूचे डोळे पाण्यानं भरले. विजय या घरात रेणूशी नेमका कसा वागेल, याचा रघूलाही अंदाज नव्हता.

विजयला आपण कधी समजूच शकलो नाही. आपण त्याच्या जागी असतो तर? तर...

या रेणूला फुलांच्या पायघड्या घालून नेलं असतं. पण...

रेणूच्या मनाचा अंदाज आला... आणि... साऱ्या फुलांचे रंगच उडून गेले. पायघड्या तर दूरच...

रघू रेणूकडे बघत होता. या मुलीनं त्याला विलक्षण जिव्हाळा दिला होता. जगण्याला अर्थ दिला होता. पण तो अर्थ रघूनं कधीच तिला जाणवून दिला नव्हता. रेणूचा ओढा विजयकडे आहे, हे लक्षात आलं होतं, तसा त्याचा तोच सावरला होता. प्रेमाचा किंवा दुःखाचा एक हुंकारही त्यानं बाहेर येऊ दिला नव्हता. रेणूकडे बघता बघता रघूचं मन भरून आलं.

किती लाघवी, मृदू, समंजस आहे ही! पण विजय हिला समजू शकत नाही. आभा! आभाची आठवण आली तसा रघूच अस्वस्थ झाला.

"रेणू, तुझं विजयवर प्रेम आहे. पण कधी कधी मला वाटतं की, आपण कुणीच त्याला समजू शकलो नाही.'' त्यानं रेणूला म्हटलं.

रेणू फक्त हसली.

"इतक्या वर्षांनी तू आलीस, पण विजय घरातून निघून गेला. तुला यात वावगं नाही वाटलं?'' रघूनं मुद्दामच रेणूला विचारलं.

"वाटलं ना, नेहमीच वाटतं. पण जे येईल ते स्वीकारायचं. इतकंच तर आपण करू शकतो. लग्न झालं तेव्हापासून किंवा त्या पूर्वीपासून मी विजयला बघतेय, त्याच्या मनाचा थांग लागत नाही. तरीदेखील रघू, लहानपणापासून मला ओढ आहे, ती या विजयचीच. तो नेहमीच झिडकारत आला; माझा तिटकारा केलान् त्यानं. पण माझं प्रेम- ज्या प्रेमाचा अर्थ मला अजूनी नीटसा समजलाच नाही, ते प्रेम मी फक्त त्याच्यावरच करू शकते. मला रागावता येत नाही, हेच माझं दुर्दैव असं वाटतं मला कधी कधी.''

"मग, लग्नाची घाई का केलीस रेणू? थोडं थांबायचं होतंस. त्याचं मन समजून घ्यायला हवं होतंस, असं वाटत नाही तुला?'' रघूनं कळवळून विचारलं. "निदान एकदा विजयशी बोलायचं होतंस!''

"त्या रात्री दादा गेले. आईनं आग्रह धरला. मला सारं विचित्र वाटत होतं. त्यांनी निदान माझ्याशी स्पष्ट काही बोलायचं होतं. ते बोलले नाहीत याचा अर्थ मी कसा लावणार रघू?''

"त्यांनी स्पष्ट नकार दिला नाही. दिला असता तरी मी वाईट वाटून घेतलं नसतं. माझं जीवन मला त्यांच्यावर लादायचं नव्हतं, तर माझं जीवन अर्पण करायचं होतं. आता मी इथे आले. त्यांनी कधीच बोलावलं नाही. पण मी आता जाणार तरी कुठे? आईला माझ्या इथे येण्याचं समाधान आहे, म्हणून आले. पण मला कशाचाच अर्थ समजत नाही.''

रेणू हळवी झाली होती; गोंधळून गेली होती.

"रेणू, काही वाटलं तर पत्र पाठव. मी येईन.'' जाताना रघू पुनःपुन्हा सांगत होता.

त्यानंतर दोन दिवस विजय घरी आलेच नव्हते. सारजानं आणि गणपतनं नव्या मालकिणीची बडदास्त चांगली ठेवली होती. रेणू आल्याचा त्या दोघांना खूप आनंद झाला होता. प्रथमच या घरात एक स्त्री वावरत होती. रेणूचा सुबक हात घरावरून फिरला तसा घराला झळझळीतपणा आला. त्या घरात येणारा प्रत्येक दिवस आतुरला होता आणि रात्र सुगंधी निःश्वास टाकत, उत्सुक बनली होती.

चार दिवसांनंतरची त्या घरातली रात्र! खोलीत शांतता भरून राहिली होती

आणि त्या शांततेसमोर विजयचा आवाज खूप विसंगत वाटत होता.

''रेणू, आज पहिल्याच दिवशी नीट समजून घे. तुझं माझं लग्न हा एक करार आहे. परतफेडीच्या भावनेतून निर्माण झालेला करार. इथे घर आहे; नोकरचाकर आहेत. योगायोगानं तू या सर्वांची मालकीण झाली आहेस.''

''योगायोगानं? योगायोगानं कशी काय?'' रेणूनं विचारलं. पण तिच्या बोलण्याचा आवेश विजयच्या कडाडण्यातच गारठला.

''पुन्हा मला का व कसा हे प्रश्न या घरात कुणी विचारू नयेत. इतकं पथ्य पाळा- इथे राहायचं असेल तर.''

इतकं बोलून विजय खोलीतून निघून गेले होते. त्या घरातल्या प्रत्येक रात्री मग जशा येत होत्या, तशाच संपत होत्या. हळूहळू त्या घराचे आकार, कोनाडे, कोपरे रेणूला समजायला लागले होते. एका मंद अस्तित्वाइतकीच तिची घरात जागा असे. आपली मर्यादा तिनं समजून घेतली होती; प्रेम तिनं केलं होतं आणि त्याचा दाह ती सोसणार होती- चूपचाप!

कधी कधी संतापानं तिचं मन बंड करून उठत होतं. आपला अधिकार मिळवण्यासाठी ओरडावं असं वाटत होतं. पण दुसऱ्याच क्षणी रेणूला समजून येत होतं, की ओरडून फक्त अधिकार मिळवता येईल, प्रेम नाही आणि प्रेम मिळवायचं तर संयम हवा, सोसणं हवं. रेणू शांतपणे वाट पाहत होती- प्रेमाच्या पूर्तीची.

या आठवणींनी तळमळणाऱ्या विजयना बिछान्यावर झोप लागली तेव्हा पहाटेचे तीन वाजले होते.

गणपतच्या हाकेनं विजय जागे झाले तेव्हा घड्याळात नऊ वाजले होते. ते आता अंगावर ओरडणार हे ठाऊक असणारा गणपत म्हणाला,

''इतकं कवा झोपत नाहीसा, काळजीनं हाक मारली.''

''शहाणाच आहेस, यापूर्वी का नाही उठवलंस?''

सारा जामानिमा आटोपून विजय ऑफिसमध्ये पोचले. स्टेला, मुधोळकर, प्यून बगाराम सारे उभे होते. अभिवादाने स्वीकारून आत जाता जाता त्याचं लक्ष गेलं-

'डॉ. तेजस्विनी मेहेंदळे'

पांढऱ्या कार्डावरची मरून अक्षरं साकार होऊन समोर उभी होती. नाइलाजानं विजयनी तिला अभिवादन केलं. पांढऱ्या साडीला रुंद निळे काठ होते. व्यवस्थित पिन लावलेला पदर खांद्यावरून लपेटला होता. निमुळत्या उंच मानेवर आखूड केस रुळत होते. बदामी डोळे, विजयना अभिवादन करत होते.

''सर, पंधरा दिवस झाले मला येऊन. थोडा वेळ काढा माझ्यासाठी इतकीच विनंती करायला आले आहे मी.''

"बसा, आत या."

हलता दरवाजा तिच्यासाठी उघडून, विजयनी तिला ऑफिसमध्ये जाऊ दिलं व तिच्या पाठोपाठ तेही आत गेले.

'बसा-'' कोट हँगरला लावत ते म्हणाले.

उदबत्ती पेटवून स्टँडवर खोचली. पंख्याचं बटण दाबलं आणि समोरच्या खुर्चीवर बसत ते म्हणाले, "बोला."

तिचं काम घ्यायचंच नाही असा त्यांनी गेल्या महिन्यात ठाम निर्णय घेतला होता आणि आज मात्र ते तिच्या कामात उत्साह दाखवत होते. त्यांचं त्यांनाच आश्चर्य वाटत होतं.

"म्हणजे सर, तुम्ही माझं काम स्वीकारलं असं समजू?" तिनं विचारलं. तिच्या आवाजात आश्चर्य होतं; आनंद होता.

"हे पाहा. मला प्रथम सर्व हकिकत नीट संगतवार समजायला हवी; घटनांची सुसंगती लागली की मला अंदाज येईल सर्व गोष्टींचा."

"म्हणजे, जिंकण्याची खात्री असेल तरच तुम्ही वकीलपत्र घेणार?" तिनं तीक्ष्ण प्रश्न विचारला.

"खटला कोर्टात जाऊन रेंगाळण्यापेक्षा समझोत्याने सुटावा, असं मानणारा मी आहे. असे घरगुती प्रॉब्लेम्स तर समझोत्यानंच सुटावेत. परवाच गोव्याच्या एका स्त्रीला मी या मार्गानंच न्याय मिळवून दिला आहे. कायद्याची जरब दाखवली आणि पुढचं सारं सुरळीत मार्गी लागलं. अनेकदा असंच होतं."

"थँक्यू सर. माझीही तीच इच्छा आहे. पण समझोता एकतर्फी कसा होणार? दुसऱ्यानं आडमुठेपणाच धरला तर?"

"बघू. प्रथम मला तुमची सर्व हकिकत सांगा. हवं तर लिहून द्या. कारण सर्व ऐकण्याइतका सलग वेळ मला मिळणार नाही."

"मलाही तसा वेळ नाहीच." ती म्हणाली.

"मग दर शनिवारी, संध्याकाळी चार ते सहा चालेल? मला वाटतं, असे चार शनिवार जरी आपण बसलो तर लिंक लागेल; काही दिशा मिळेल; काही ठरवता येईल. ओ.के.?"

"ठीक आहे. थँक्यू सर. निघते. शनिवारी भेटते. पाहा सर, खूप अवघड वाटेल, गुंता वाटेल असं काही नाहीच आहे. पण मी खूप गोंधळून गेलेय. एक विचित्र दडपण आलं आहे मनावर. एक भीती. मला वाटत आहे. माणूस अनेकदा कल्पनेनंच बाऊ निर्माण करतो. त्या ओझ्याखाली वावरतो. माझंही तसंच असेल कदाचित. आपण ऐकण्याची तयारी दाखवलीत, यानंच निम्मा ताण कमी झालाय माझा."

ती कृतज्ञतेनं बोलत होती. शनिवारी भेटणार होती.

◆

६

शनिवारच्या चार वाजण्याची वेळ होती. कालपासून दोन-तीन वेळा विजयनी उद्या शनिवार असल्याची खात्री करून घेतली होती. समोरच्या टेबलावरच्या छोट्या कॅलेंडरवर.

शनिवारी चार वाजता, 'सौ. तेजस्विनी मेहेंदळे'

असं स्टेलानं इंग्रजीत लिहून ठेवलं होतं. त्याच पानावर तिचं कार्ड खोचून ठेवलं होतं. पांढरा कागद, मरून रंगाची अक्षरं आणि त्यामागचा गोरापान, नाजूक चेहरा! भावदर्शी बदामी डोळे.

या स्त्रीला कायदेशीर सल्ल्याची का निकड असावी? पंधरा दिवस झाले होते. ती हे कार्ड देऊन गेली होती. इतके वकील आहेत, या मुंबईत! पण तिनं आपल्यासाठी एक महिना वाट पाहिली. इतका विश्वास तिनं आपल्यावर का दाखवला?

विश्वास!

हा ठरवून कधी जडत नसतो.

मामा-मामींनी आपल्यावर विश्वास ठेवला.

शेजारच्या लक्ष्मीकाकूंनी विश्वास दिला.

रेणूनं आपल्यावर विश्वास दाखवला.

आपण आभाचा विश्वास गृहीत धरला.

आपले सर्व अशील मनात विश्वास बाळगूनच इथवर येतात.

आणि आता ही तेजस्विनी मेहेंदळे.

ती मार्टिना, इझाबेला!

हा सारा विश्वासच आहे. तरीसुद्धा...

तरीसुद्धा माणसं अशी दुरावतात का?

परस्परांवर असलेला विश्वास, हा जर जीवनाचा गाभा मानला तर... तर माणसाचं जवळ येणं, आणि दुरावणं... यामध्ये हरवलेला असतो तो विश्वासच. माणसांनी विश्वास बाळगला तर असते ती जवळीक! आणि तोच विश्वास जर गमावला तर निर्माण होतो तो दुरावा! पण विश्वास हरवतो का? कसा? रेणू विश्वासानं या घरात आली आणि निघून गेली. तिच्या मनातला विश्वास हरवला. का

हरवला असेल?

आणि आता...

आता तर आपण आभापासूनही दूर जात चाललो आहोत.

हे सारं नेमकं काय आहे?

कशासाठी ही सारी बेचैनी आहे?

याचा नेमका कोणता शेवट आपल्याला अपेक्षित आहे? ही तेजस्विनी मेहेंदळे. एक नवा विश्वास जडू पाहतो आहे. तिच्या बेचैनीचं नेमकं कारण काय असेल? ती आज काय सांगणार आहे?

चार शनिवार... त्यामधली चार ते सहाची वेळ... एवढ्यात... ती जीवनाचा पट उलगडून समोर ठेवणार. आणि आपण तिला मार्ग सुचवणार! केवळ आठ तासांत आपण माणूस समजू शकू! मार्ग सुचवू? मार्ग?...

ज्यांना स्वतःचाच मार्ग सापडत नाही, त्यांनी इतरांना मार्ग दाखवायचा? इतकी वर्षं त्यांचा आणि आभाचा मार्ग एक होता. मधेच रेणू आली आणि अलीकडे सारंच नीरस झालंय. मार्ग गवसत नाही, असं जाणवतंय. हे सारं कशासाठी? या विचारासरशी विजय स्वतःशीच हसले. त्यांनी उठून पंख्याचं बटण दाबलं. खोलीत हलकासा स्प्रे मारला. सारी खोली वाळ्याच्या वासानं थंडगार वाटत होती. पेपरवेटशी हातानं चाळा करत, विजय खुर्चीवर सैलसर रेलून बसले होते.

आज तेजस्विनीची बाजू ते ऐकणार होते. पण ती ऐकून खटला जिंकण्याची आशा नसेल तर? आजवर यशाची खात्री असेल, तरच वकीलपत्र त्यांनी घेतलं होतं. एकदा वकीलपत्र घेतलं की यशस्वी होऊनच त्यांनी अशिलांना विजय मिळवून दिले होते. अंजना स्टील्स, मयूर फेब्रिक्स, आफळे खटला, गढवाल इंडस्ट्रीज, इझाबेला अन् अनेक यशाच्या चढत्या पायऱ्या समोर दिसत होत्या.

'डॉ. तेजस्विनी मेहेंदळे' या अक्षरांना ते भुलणार नव्हते. खोट्याची वकिली कधीच करणार नव्हते. पण... बेचैन मनानं त्यांनी मनगटी घड्याळावर नजर टाकली. बरोबर चार वाजले होते. स्टेला सरकते दार उघडून आत आली.

"सर, डॉ. मेहेंदळे-" ती म्हणाली.

"पाठव त्यांना आणि चार ते सहा कुणाला आत पाठवू नको. कुणाचेही फोन्स- कॉल्स आत देऊ नको."

"येस सर."

"मे आय कम इन सर?" डॉ. तेजस्विनी येत म्हणाली.

"तुमचीच वाट पाहतो आहे. वेलकम-"

ती समोरच्या खुर्चीत बसली. पर्समधला छोटा रुमाल काढून घाम टिपू लागली. तिच्यासाठी ठेवलेल्या ग्लासमधले पाणी तिनं एका दमात संपवलं. विजय

तिला बघत होते. किंचित निळसर झाक असणारं सिल्क, त्याची नाजूक किनार. व्यवस्थित पिन लावलेला पदर, गोल मनगटावर नाजूक घड्याळ, दुसऱ्या हातात सोन्याचं कडं, रुंद गळ्याच्या ब्लाउजमधून रुळणारं मंगळसूत्र, थकलेल्या चेहऱ्यावरची उदासीनता, कपाळावर कुंकवाची टिकली...

या नाजूक शिल्पाला कोणता तडा गेला असावा? विजयनी मनातले विचार बाजूला सारले.

''चहा की कॉफी?'' त्यांनी विचारलं.

''आत्ता काहीच नको. थोड्या वेळानं चालेल ना?''

''हं बोला.'' विजयनी विषय सुरू केला.

''सर, नेमकी कशी सुरुवात करावी, तेच समजत नाही. वेळ फार थोडा आहे आणि तो किमती आहे. नेमकं काय सांगावं?'' ती विचारात हरवली.

मग विजयनीच प्रश्न विचारला, ''एक गोष्ट सांगा, खटला तुम्हाला दाखल करायचा आहे की कुणापासून बचाव हवा आहे?''

''मी? मी नाही कुणावर खटला भरलेला. वकील असणाऱ्या व्यक्तीशी प्रथम बोलतेय आयुष्यात. जे अनिष्ट घडू पाहत आहे ते सर्व मला टाळायचं आहे. तुमची मदत हवी आहे त्यासाठी-'' तिचे डोळे पाण्यानं भरले होते.

''अनिष्ट? कोणतं अनिष्ट टाळायचं आहे?''

''घटस्फोट- घटस्फोट हवा आहे माझ्या नवऱ्याला. माझी मुलगीही हवी आहे त्याला. यातलं काहीच मला मान्य नाही. आता हे कसं टाळायचं?'' तिनं विचारलं.

या स्त्रीपासून घटस्फोट हवा आहे? या सुशिक्षित, बुद्धिमान, डॉक्टर असणाऱ्या स्त्रीला कुणी नवरा घटस्फोट देणार? देऊ शकेल? का? या विचारानं विजय चमकले. ते म्हणाले, ''का, कारण कोणतं? का हवा आहे त्यांना घटस्फोट?''

''सर, माणसाचं मन म्हणजे अज्ञात असा गुंता आहे. एका माणसाच्या सहवासात दिवसरात्र आपण जगतही असतो. समाजाच्या दृष्टीनं एक आदर्श जीवन जगत असतो. क्वचित आपण भ्रमातही असतो. मनं एकरूप झाल्याच्या आभासावर आपण तरंगतो. पण तसं नसतं सर. दोन माणसं शरीरानं एकत्र आली, तरीही मनानं अनेक योजनं दूर असू शकतात. प्रेमविवाह करूनही लक्षात येत नाही की ज्या प्रेमाच्या भरात विवाह केला ते नेमकं काय होतं? ते जर प्रेम होतं खरोखर तर. मग हा दुरावा कसा निर्माण होऊ शकतो? हा दुरावा खरा की ते प्रेम? की दोन्ही भासच? खेळ होते का ते मनाचे? अलीकडे सर, माझ्या मनात या अशा प्रश्नांचाच गोंधळ उडतो आहे.

''पण दुरावा निर्माण झाला असला तर एकत्र राहूच नये. जगू द्यावं एकमेकांना सुखानं. या मताचा मी आहे!'' तिला मधेच थांबवत विजय म्हणाले.

"होय सर, मलाही तसंच वाटतं. पटतं मला ते. आपलं जीवन लादू नये कुणावर. कुणी कंटाळून दूर निघून जावं आपल्यापासून, इतक्या कंटाळवाण्या असू आपण तर मान्य करावं स्वत:शी आणि जाऊ द्यावं त्याला. जगू द्यावं सुखानं, मोकळ्या मनानं- असं मलाही वाटतं. कारण सुखानं जगणं हा ज्याचा त्याचा हक्कच आहे आणि त्याचं सुख आपल्याजवळ नसेल, इतरत्र कुठे त्याला शोधून सापडलं असेल, तर जाऊच द्यावं त्याला, असं मला वाटतं. पण... पण दूर झाल्यानं तरी सुखी होण्याची खात्री असेल तरच आणि मला वाटतं, या एकाच शंकेनं मी 'घटस्फोट' या शब्दापासून दूर पळते आहे. कारण सर, यानंतर डॉ. प्रशांत- जो माझा नवरा घटस्फोट मागतो आहे, तो तर उद्ध्वस्त होईलच. पण आशू... आमची मुलगी, तिचं जगणं अवघड होईल.''

"आणि तुम्ही?'' विजयनं विचारलं.

"मी? मी आहेच कुठे? मी... जी डॉक्टर तेजस्विनी मेहेंदळे... या क्षणी तुमच्यासमोर बसलेली आहे ना सर, ती मी- मी कधीच अशी नव्हते, फार वेगळी होते- स्वप्नाळू, भावुक! आज ते सारं संपलं आणि मी जी उरले आहे ती फक्त जिवंत अस्तित्व असलेली आणि जिवंत आहे म्हणून धडपडते आहे. कारण मी जिवंत असणं ही गरज आहे, माझी- माझ्या मुलीसाठी... मी तुमचा वेळ घेत नाही सर. मी सुरुवात करते.'' स्टेलाने कॉफीचे दोन कप ट्रेमधून आणून टेबलावर ठेवले होते. कॉफी संपवून कप ट्रेमध्ये ठेवून तेजस्विनी म्हणाली, "सर!''

दोन बदामी डोळे बोलत होते.

◆

७

"सर, आपली प्रिय व्यक्ती प्रथम भेटते तो दिवस भाग्याचाच ना! ज्या दिवशी 'प्रीती' या भावनेचा पहिला स्पर्श माणसाच्या मनाला होतो, तो दिवस खरंतर भाग्याचाच. कारण मुग्ध मनाची पाकळीन् पाकळी उमलवण्याचं बळ प्रीती या दोन अक्षरांत आहे.''

इतकं बोलून तेजस्विनी थांबली. खाली मान घालून हातांमधल्या पर्सशी चाळा करीत ती म्हणाली, "पण माणूस पाहा कसा असतो सर! जोवर त्या प्रीतीचे रंग त्याला खिळवून ठेवतात, तोवर तो म्हणतो की, प्रिय व्यक्ती प्रथम भेटलेला दिवसच सर्वांत भाग्याचा होता. पण जेव्हा ते रंग उडून जातात, तेव्हा तो म्हणायला लागतो की, किती भयानक दिवस होता तो... ज्या दिवशी हे प्रेमिक प्रथम भेटले

तो दिवस तसाच असतो, पण मन मात्र ते उरलेलं नसतं. भावना हरवलेल्या असतात आणि एकमेकांना बघण्याची दृष्टी पूर्ण बदललेली.

"पण सर, माझी आणि प्रशांतची भेट झाली तो दिवस मला मात्र या अनेक दिवसांपेक्षा खूप वेगळा वाटतो.

त्याची माझी भेट झाली ती बेळगावसारख्या निसर्गरम्य गावामधल्या मेडिकल कॉलेजमध्ये. हैद्राबादमध्ये बालपण गेलेलं माझं- हैद्राबादसारख्या मोठ्या, नवाबी शहरापेक्षा बेळगाव मला खूपच आवडलं. अभ्यास करायला योग्य असं गाव आणि प्रेम करायलासुद्धा सर." ती हसत म्हणाली.

"ते भव्य कॉलेज, होस्टेल, मागं-पुढं पसरलेली माळरानं, विस्तीर्ण, प्रशस्त हॉस्पिटल आणि शिकण्याच्या उमेदीनं भारलेली ती पाच वर्षं- प्रशांतचा सहवास. त्याच्या स्वभावाचे, मन लोभवणारे अनेक कंगोरे.

प्रशांतच्या सहवासात भारावलेली ती पाच वर्षं!

आज ते भारावलेपण उरलं नाही म्हणून काय झालं सर! ते क्षण मी उत्कटतेनं अनुभवले आहेत; त्या दिवसांचा आनंद पुरेपूर भोगलेला आहे तो कसा विसरायचा? प्रेमाच्या अनुभूतीनं हळवे झालेले ते दिवस! अशा आठवणींवर तर माणूस पुढं सारं सोसू शकतो ना!"

तेजस्विनी बोलत होती. विजय ऐकत होता. एरवी कुणी अशील फालतू बोलून वेळ घ्यायला लागला तर विजयना ते आवडत नसे. त्यानं घटस्फोट मागण्याचं व हिनं तो नाकारण्याचं नेमकं कारण तेवढंच विजयना समजायला हवं होतं. पण या स्त्रीनं तर सांगायची सुरुवातच मुळी प्रेमकहाणीतून केली होती. तरीसुद्धा तिला बोलताना थांबवावं, असं विजयना वाटत नव्हतं.

तिचा आवाज मधुर होता. शब्दांचे उच्चार भावपूर्ण होते. शब्द आणि स्वर यांना एक नाद होता. तिच्या सर्वच बोलण्यात एक अर्थ होता आणि एक विश्वासही.

त्या विश्वासानंच ती मन उलगडत होती आणि विजय त्या नाद, सूर, अर्थ आणि विश्वासाच्या लयीतले भाव- संगीत ऐकत होते- मनापासून.

"सर, बेळगावचं मेडिकल कॉलेज कधी पाहिलंत का? नसेल तर जरूर पाहा सर. मघाशी मी म्हणाले ना, तसं शिक्षण घेण्यासाठी उत्कृष्ट वातावरण आहे. मी मन लावून शिकत होते. अनेक चांगल्या मैत्रिणी मिळाल्या आणि मित्रही. गोवा, वेंगुर्ला, सावंतवाडी, सिंधुदुर्ग- सारं कोकण मी प्रथमच पाहत होते. समुद्र, त्याची अथांगता प्रथमच बघत होते- कौतुकानं. वेळ मिळेल तसा अभ्यास सांभाळून आम्ही भटकत असू. पहाटेचं फिरणं किती आल्हाददायक असतं ते मी तेव्हा प्रथमच अनुभवलं होतं. गोकाक फॉल्स, हिडकल धरण, बदामी, हळेबिड, बेळ्ळूर- सारं पाहून मन भारावलं होतं. पण त्यापेक्षा मन भारून गेलं होतं प्रशांतच्या सहवासात!

इतकी मुलं सभोवती वावरत होती पण माझं मन प्रशांतभोवतीच गुंतत चाललं होतं. अनेक रुबाबदार व्यक्तिमत्त्वाची मुलं भोवती रुंजी घालायची, अनुनय करायची पण प्रशांतची सर कुणालाच नव्हती.

विलक्षण महत्त्वाकांक्षी आणि जिद्दी आहे तो! आजही. स्वत:चं नाव नेहमी उच्चांकानं तळपत राहावं, ही त्याची एकच ईर्ष्या असायची, आजही आहे. त्याचं व्यक्तिमत्त्व, त्याचं वागणं, उठणं, बोलणं, कपड्यांची निवड- सारंच काही इतरांपेक्षा वेगळं असायचं व ते वेगळंच असावं यासाठी तो प्रयत्नशील असायचा.

मला अजून आठवतो तो प्रसंग! कॉलेज-विद्यार्थ्यांनी एकदा स्कुटर रेस ठरवली होती. मेडिकल कॉलेजपासून ते वैजनाथ डोंगरापर्यंत जायचं, डोंगराला वळसा घालणारा रस्ता पार करून पुन्हा मेडिकल कॉलेजला पोचायचं अशी शर्यत. प्रशांतनंही भाग घेतला होता. आपण शर्यत जिंकणार याची त्याला पूर्ण खात्री होती. पण पहिला आला डॅनी! डॅनी डिकास्टा. त्याचा प्रशांतला इतका राग आला की त्यानं त्यानंतरचे पंधरा दिवस स्वत:ला कोंडून घेतलं.

तीच गोष्ट झाली शेवटच्या वर्षी मिळणाऱ्या सुवर्णपदकाची. अगदी थोडक्यातच ते गोल्ड मेडल गेलं एस. सुब्रह्मण्यमला. प्रशांतनं खूपच त्रास करून घेतला या गोष्टीचा आणि असा मनस्ताप की त्याचा तो तरी जळायचाच; पण बघणारी मी पण अस्वस्थ व्हायची.

बेळगाव मेडिकल कॉलेजच्या हॉस्पिटलमधल्या उमेदवारीचे सहा महिने संपले. आता बेळगाव सुटणार होतं. ते दिवस संपणार होते. ते पुन्हा कधीच हाती लागणार नाहीत या कल्पनेनं जाण्याची तयारी करत करत आम्ही सारेच कासावीस होत होतो; हळवे होत होतो. त्याच हळव्या क्षणी प्रशांतनं मला लग्नाची मागणी घातली. नकाराचा प्रश्नच नव्हता. आम्ही दोघं डॉक्टर होतो. समव्यावसायिक होतो. गेल्या चार-साडेचार वर्षांत जवळ आलो होतो. एकमेकांना बरंचसं समजून आलो होतो.

''प्रशांत, मी मात्र अजूनी दोन वर्षं पुढं शिकणार आहे. मुंबईत राहून स्त्री-रोगचिकित्सक व्हायचं आहे मला. मी लगेच प्रॅक्टिस सुरू करणार नाही.'' मी त्याला म्हणाले. त्याच्या कपाळावर आठी उमटली.

''तुझा होकार आहे ना? मग पुढं शिकण्याची गरजच काय आहे? माझ्या डॅडींचा दवाखाना आहे पुण्यात. तिथेच आपण दोघं काम करू. डॅडी तर केव्हाचे वाट पाहत आहेत माझी.'' तो म्हणाला. त्याच्या बोलण्याचं मला आश्चर्य वाटलं. एका दवाखान्यात दोन डॉक्टर्स?

''प्रशांत, तिथे दोघांनी काम करणं म्हणजे एकाचं ज्ञान वाया घालवणं आहे, असं मला वाटतं. तू पण एम.डी. कर; मीही स्त्रीरोगतज्ज्ञ होईन. आपण दोघं मिळून हॉस्पिटल काढू. खूप काम करू. दोन वर्षं आत्ता संपतील, तोवर तुझे डॅडी त्यांचा

दवाखाना सांभाळतील.'' यावर तो काहीच बोलला नाही. पण तो नाराज होता मनातून. त्याचं गप्प गप्प राहणं म्हणजे मनातून जळणं सुरू आहे, हे मला समजत होतं.

''सर, त्याच वेळी प्रशांतनं मला मनमोकळेपणी सांगायला हवं होतं. त्याची सहजीवनाची कल्पना होती ती अशी की, त्याच्या डॅडींचा दवाखाना, त्यात त्यानं काम करायचं आणि मी कदाचित, असिस्टंट डॉक्टर म्हणून, त्याला हवी असेन. मी प्रथम त्याची सुविद्य पत्नी असायला हवी होते आणि नंतर एक डॉक्टर!

लग्नाआधी त्यानं नक्की पूर्ण विचार कशाचाच केलेला नसावा. पण आमचा रिझल्ट लागला. दोघांचे मार्क्स जवळपास सारखेच आणि तशात माझी पुढं शिक्षण घेण्याची इच्छा, यामधून त्याचं जिद्दी मन बंड करून उठलं. ते बोलण्याची हिंमत नसेल म्हणून तो कुढत असावा मनातून.

लग्नाचा निर्णय बदलणं, त्याला अपमानाचं वाटत असावं. पण मला याची कल्पना कशी येणार? मी त्याचं सारं वागणं कुंठित होऊनच बघत होते. पुढं शिक्षण घेण्याचा आग्रह तो का मानत नव्हता, याचं उत्तर मला आज समजतं आहे सर. त्याला माझीच भीती वाटत असावी. दोघं शिक्षण घ्यायला लागलो आणि हीच पुढं निघून गेली तर - ही भीती त्याला होती. त्यापेक्षा आहे तोच दवाखाना बघावा, या निर्णयावरच तो अडून बसला. जेवढी मी समजावत राहिले, तेवढा तो माघार घेत राहिला. या अतिबुद्धिमान माणसांची हीच गंमत असते. आपल्याला जे स्थान मिळालं आहे त्या स्थानावरून कुणी प्रतिस्पर्धी निर्माण होऊन आपल्याला हालवेल की काय, ही भीती त्यांना सतत मनातून वाटत असते.

पुण्यात त्याच्या आई-वडिलांनी त्याचंच म्हणणं उचलून धरलं.

'आम्ही आहे तो दवाखानाच वाढवतो. दोघं काम करा. काय गरज आहे तिला आणखी शिकायची?' असा त्यांचा सूर होता. मी मनातून थोडी उदासले. बेळगावला असताना मी स्त्रीरोगतज्ज्ञ होणार आहे, असे अनेकदा प्रशांतला म्हणाले होते. प्रशांतही होकार भरत होता त्या वेळी. कारण ते दिवस होते झोपाळ्यावर बसून झुलायचे आणि स्वप्नं बघायचे; गायचे आणि फुलायचे. त्या चंदनी क्षणांचा फार मोठा अर्थ असतो. पण खरंतर सारं निरर्थकच असतं. प्रेमाचा खरा अर्थ, त्या दिवसांना कळतच नसतो, त्या दिवसांत प्रेमाचा परिचय झालेला असतो फक्त! मनाला पंख फुटलेले असतात. सुरवंटाचं फुलपाखरू कोशामधून नुकतंच बाहेर आलेलं. पण प्रेमाचा खरा कस लागतो तो नंतरच. सुरुवातीलाच, त्या वेळी प्रशांतनं शिक्षणाला विरोध दर्शवला असता तर कदाचित... मीच दूर झाले असते त्याच्यापासून. पण त्यानं लग्नाचा विरोधी प्रस्ताव मांडला आणि शिक्षणाला विरोधही केला.

पण माझे वडील माझ्या पाठीशी उभे होते.

'तेजस्विनी डॉक्टर आहे. तिचं शिक्षण सार्थकी लागलं पाहिजे.' असं ठामपणे ते म्हणत राहिले.

शेवटी लग्न आधी करावं आणि त्यानंतर मी मुंबईत राहून, पुढची दोन वर्षं शिक्षण पूर्ण करावं असा प्रशांतच्या आई-वडिलांनी आग्रह धरला, हे मला पटत नव्हतं सर. पण अनेकदा आपण इतरांचे निर्णय चूपचाप मान्य करतो. कारण ते क्षण गाफील असतात व त्या क्षणांना आपल्याही नकळत आपण शरण गेलेले असतो; कधी ते समजतही नाही.

लग्न पुण्यात झालं. खूप थाटानं. खरंतर मला अवाजवी खर्च पटत नाही; पण सारं मान्य करत काश्मीरला मधुचंद्र झाला. मला हवा होता सागरकिनारा अन् त्याला बर्फाच्छादित शहरं. तरी त्या दिवसांमधला चंद्र मधाळलेला होता. दल सरोवरामधले शिकारे गुलाबांनी आच्छादलेले होते. प्रत्येक क्षण एक हळवा दवबिंदू बनलेला होता.

मुंबईत आले खरी मी सर! पण मधुचंद्राच्या दिवसांतच लक्षात आलं होतं की, जो प्रशांत साडेचार वर्षं मी बेळगावात बघत होते- तो मुळी मला नीटसा समजलाच नव्हता. त्याच्या माझ्यात जमीन-अस्मानाचा फरक होता.

आज त्या परिचयाचा विचार करताना मला वाटतं, मी प्रशांतला आणि प्रशांतनं मला समजून घेतलं आहे असं मी जे म्हणत होते, ते किती फोल होतं! म्हणून आपण माणसाला समजून घेतो म्हणजे काय सर? तर त्याची आवडनिवड, त्याचे विचार इतकंच. आणि प्रेमाच्या वलयात ते सारंच कसं स्वप्निल वाटतं, धूसर, हवंसं. पण प्रत्यक्ष रोज जेव्हा ते प्रश्नचिन्हं बनून समोर उभे राहतात तेव्हा समजून येतं की, आपल्याला काहीच समजलेलंच नव्हतं. एकमेकांबद्दल. मग यानंतर प्रेम तर नाहीच, पण उत्तरं शोधायची आहेत, या अनेक प्रश्नचिन्हांची! ज्याच्या प्रत्येकाच्या खाली पूर्वीच्या शब्दवचनांचे, विश्वासाचे अनेक क्षण गाडून गेले आहेत खोलवर! सारेच ते करत असतात. तशीच मीही समोरची गणितं सोडवत होते. मला त्या वेळी वाटायचं सर, हा जो माझा नवरा डॉक्टर आहे, ज्याला मी लग्नापूर्वी चार-पाच वर्षं ओळखत होते, पण नेमकी ओळखत नव्हतेच... पण... मग... इतर सारी माणसं केवळ तासभर एकमेकांना पाहून, केवळ चार-दोन जुजबी प्रश्न विचारून जे जन्माचं नातं जोडतात, त्यांनी कितीसं समजावून घेतलेलं असतं एकमेकांना... असे प्रश्न समोर उभे असले, तर त्याला उत्तरं कशी शोधत असतील? ती माणसं?

जेवढी मी मुंबईला जाऊन शिक्षण घ्यायला उत्सुक होते तेवढा उत्साह प्रशांतला पुण्यात स्वत:ची प्रॅक्टिस सुरू करण्यात उरला नव्हता. उच्चांकाला भिडण्याची त्याची जिद्द पुण्यात आल्यावर मावळत चालली आहे, असं मला

वाटायला लागलं. त्याच्या स्वभावामधलं हे टोकाचं परिवर्तन बघून मला आश्चर्य वाटत होतं.

आधी मी हैद्राबादमध्ये वाढले. नंतर बेळगावसारख्या लहान गावात वावरले आणि आता मुंबईसारख्या महानगरीत गुरफटत चालले. लग्न हा नवा महत्त्वाचा बदल माझ्या जीवनात घडलेला. आता मी होते डॉ. तेजस्विनी मेहेंदळे. आम्ही स्त्रिया सारे बदल किती चटकन आत्मसात करतो सर! हे असं चटकन, दुसऱ्या वातावरणाशी मिळतं घेणारं मन- ही निसर्गानं स्त्रीला दिलेली एक समर्थ शक्ती आहे. प्रसंगी ती मनाला मुरड घालते. पण ती इतरांसाठी धावपळ करत, स्वत:चं अस्तित्व टिकवण्याचा प्रयत्न करते. हे सारं स्त्री करू शकते. मानसिकशक्तीवर!

मी एक डॉक्टर! तुम्ही म्हणाल, काय गरज होती इतक्या तडजोडीची? पण सर, जीवन म्हणजे तडजोड आली. संघर्ष आला, हार-जीत आली. पण मुख्य भाग हा आहे की, हे सारं आपण कुणासाठी करतो आहोत? तो जर 'आपला' असेल तर! मग सारे श्रमच हलके.''

इतक्यात टेलिफोनची घंटी वाजली. विजय फोनवर बोलत होते.

''छे, आज जमणार नाही मला. खूप थकलो आहे. यानंतर घरीच जावं असं म्हणतोय. खूप दिवसांनी वीक-एन्डला घरीच थांबणार आहे; रागावू नको. उद्या सकाळी फोन करतो. गुड नाइट.''

त्यांचं बोलणं सुरू होतं. तेजस्विनीनं मनगटी घड्याळाकडे पाहिलं. साडेसहा झाले होते.

''माफ करा सर. मी अर्धा तास जास्ती घेतला.'' ती दिलगिरीच्या स्वरात म्हणाली.

''हरकत नाही. पुढच्या शनिवारी भेटू. पण इथे नको. इथे फोन येणार. माणसं येणार. तुमची हकिगत मला समजायला लागली आहे. मला तरी हा सर्व भावनांचा गुंता आहे, असं वाटत आहे. यासाठी कदाचित कोर्टकचेरीची गरजच नाही पडणार. पाहू. जे मला करता येईल, ते मी मनापासून करेन. विश्वास ठेवा.''

''थँक्यू सर. मी पुढच्या शनिवारी भेटते. नक्की कोणत्या गोष्टी सांगाव्यात याचा विचार करून येईन. आपला जास्ती वेळ घेणार नाही.'' तिच्या बोलण्यामधली नम्रता विजयना जाणवली.

''नमस्कार.''

भेटीची जागा ठरवून तेजस्विनी गेली. मधले दार खूप वेळा हालतच राहिले. अनेक घटना, मनाच्या दाराशी मागं-पुढं होत होत्या. आत्ता या क्षणाला विजयच्यासमोर प्रश्नच प्रश्न उभे होते- आभाबद्दल. रेणूबद्दल आणि स्वत:संबंधीसुद्धा!

प्रश्न होते लग्नबंधनाचे!

प्रश्न होते परस्पर मैत्रीचे. केवळ मैत्रीचेच नव्हे...

स्त्री-पुरुष मैत्रीचे, नात्यांच्या संदर्भाचे अनेक प्रश्न!

डॉ. तेजस्विनी म्हणाली तसे त्या प्रत्येक प्रश्नाखाली दिले- घेतलेले शुद्ध, वचनं, विश्वास जे गाडले गेले होते- ते प्रश्न या क्षणी समोर उभे होते. प्रश्नार्थक चेहऱ्यांनी...

◆

८

डॉ. तेजस्विनी मेहेंदळे निघून गेल्यानंतरही विजय आपल्या खुर्चीत बसूनच होते. स्टेला, मुधोळकर, बगाराम सर्वांनाच त्यांनी घरी जायला सांगितलं. ते अनेकदा असे ऑफिसमध्ये एकटेच बसून काम करत असत. स्टेलानं जाता जाता सोमवारच्या कामाच्या फाइल्स समोर ठेवल्या. टेबलावरच्या कॅलेंडरवर तिनं सोमवारची कामं, भेटीच्या वेळा आणि नावं लिहून ठेवली होती. ही गोवनीज स्टेनो अत्यंत व्यवस्थित होती. तिचं काम अतिशय नीटनेटकं होतं. कमी बोलून, खाली मान घालून, सतत काम करणारी स्टेला म्हणजे ॲडव्होकेट विजयचं चालतंबोलतं ऑफिसच होतं. आज जाता जाता ती सर्व फाइल्स रॅकवर नीट ठेवत होती. आज वीक-एन्ड. खरंतर चार वाजताच घरी जायचं होतं. पण आजच डॉ. मेहेंदळेंची भेटीची वेळ होती. सहापर्यंत थांबायचं, असं ठरवूनसुद्धा, साडेसहा वाजून गेले होते. स्टेला थोडी घाईतच ऑफिस आवरत होती. असे कागद इथे पसरवून ठेवून तिला आवडणारं नव्हतं. सोमवारी ऑफिसात आल्याबरोबर कसं प्रसन्न वाटलं पाहिजे, असा तिचा कटाक्ष असे. स्टेलाच्या उंच टाचेच्या बुटांचा आवाज येत होता, त्यावरून तिची परत जाण्याची घाई समजत होती.

"आज उशीर झाला ना स्टेला?" विजयनी विचारलं.

"नाही सर. काम असेल तर थांबलंच पाहिजे. पण-"

"पण काय?"

"नाही सर, दिलेली वेळ, त्या वेळेची मर्यादा ही शिकलेली माणसं पाळत नाहीत, याचं मला आश्चर्य वाटतं. डॉ. मेहेंदळे साडेसहापर्यंत बसल्या अर्धा तास जास्तीच..." स्टेला पुटपुटली.

विजय हसले. ते म्हणाले, "नाही स्टेला. त्यांचा गुंता समझोत्यानं सुटू शकेल. माणसं उगीचच कोर्टाकडे धाव घेतात. कितीतरी वेळा प्रश्नांची उत्तरं शेजारीच असतात पण सर्व लक्ष प्रश्नांवरच केंद्रित झाल्यामुळे, शेजारच्या उत्तराकडे

लक्षच जात नाही.'' एवढं बोलून विजय चटकन थांबले. आपल्या वाक्यानं ते स्वत:च दचकले. आज आपण सर्व गोष्टींकडे थोडं वेगळ्या दृष्टीनं पाहतोय असं त्यांचं त्यांनाच वाटलं.

''सर, ॲडव्होकेट आभांचे दोन वेळा फोन येऊन गेले-'' स्टेला म्हणाली. विजय काहीच बोलले नाहीत. सर्व काम झाल्यानंतर स्टेला जायला निघाली.

''आज वीक-एन्डचा काही खास कार्यक्रम?'' विजयनी विचारलं.

''ठरला होता सर पिक्चरचा. पण आता बॉबनं समजून घेतलं असणार.''

''मग ते रागावणार आता. आज उशीरच झाला तुला, स्टेला!'' विजयना वाईट वाटलं.

''ओ.नो. सर, तो रागावणार नाहीच. उलट त्याला वाटत असेल की ऑफिसमध्ये मला आज जास्ती काम आहे. मी थकून येणार म्हणून तो आतापर्यंत फिश-मार्केटमध्ये गेला असेल. मी घरी पोचेपर्यंत फिश-करी, राईस तयार असेल. उलट देवासमोर कँडल लावून तो प्रार्थना करत असेल, स्टेला सुखरूप परत येऊ दे म्हणून!''

स्टेला हसत म्हणाली. तिचे डोळे आनंदाने ओसंडून गेले होते.

''इतकं प्रेम आहे त्याचं?'' न राहवून विजयनी विचारलं.

''प्रेम? आहेच सर.''

नंतर खाली मान घालून ती म्हणाली, ''लग्नाला दहा वर्षं झाली सर. मूल नाही ना? म्हणून मग असं एकमेकांना जपतो आहोत. आहेच कोण दुसरं?''

मघा आनंदानं ओसंडून वाहणारे स्टेलाचे डोळे आता भरून आले होते. स्वत:ला सावरून ती म्हणाली, ''सॉरी सर. मूल नाही इतकंच एक दु:ख! खूपदा आम्ही दोघं बोलत असतो सर, एक मूल घरात असतं तर हे घर आणखीन सुखानं भरून गेलं असतं. 'असं केलं असतं, तसं झालं असतं' असं आपण म्हणतो सर, मूल असणारी किती घरं सुखी आहेत? तर दु:खाचं कारण मूल नाही, हे नव्हेच; तर दु:खाचं कारण असं असावं की, सुख म्हणजे काय हेच मुळी माणसाला समजत नाही, म्हणून तर परमेश्वर तसं ठेवत असावा.''

आपण खूप बोललो, हे ध्यानात आलं, तशी स्टेला लाजली.

''माफ करा सर. आधीच डॉ. मेहेंदळेंनी बोअर केलं असणार. आता मी! पण सर, एकदा माझ्या घरी या. माझं घर बघा. बॉबला भेटा. याल सर? अ हॅपी होम. आवडेल आपल्याला, नक्कीच.''

''तू आजवर बोलावलंस कुठे? मी नक्कीच येईन.'' विजय म्हणाले. पण आज आपण स्टेलाशी जेवढं बोललो, तेवढं यापूर्वी कधी बोललोच नाही, असं विजयना वाटलं. अगदी रोज, चूपचापपणे आपणासमोर वावरणारी ही मुलगी,

किती सुंदर विचार करून जीवन जगते आहे!

प्रत्येक व्यक्तीचं एक वेगळंच रूप असतं; आपण मात्र गुंतलेले असतो या फाइल्समध्ये आणि गुंतागुंतीत पाहायला सवड कुठे असते?

“गुड नाइट सर.” स्टेला पर्स सावरत समोर उभी राहून अभिवादन करत होती.

“मीही निघतोच स्टेला, चल-” हँगरवरचा कोट हातावर घेत ते उठले. स्टेलानं क्षणभर आश्चर्यानं बघितलं. आजवर असं झालं नव्हतं. विजय कधीच इतकं बोलले नव्हते. कामाच्या फाइल्स टेबलावर सोडून ते घरी कधीच गेले नव्हते.

स्टेलानं चटकन त्यांची ब्रीफकेस उचलली.

“ती इथेच असू दे. उद्या रविवार. मला ऑफिसचं काम घरी नको आहे.”

लिफ्टमधून खाली जाताना स्टेला विचार करत होती.

‘उद्या साहेब घरी काय करतील? कदाचित... कदाचित... ती ॲडव्होकेट आभा-’ तिची आठवण येताच स्टेलाला मनातून राग आला. तिला आभाचं वागणं मुळीच आवडायचं नाही. शिकलेली असली म्हणून काय झालं? स्त्रीनं मर्यादा सोडू नये. हिच्यामुळेच बाईसाहेब घर सोडून निघून गेल्या. स्टेलाच्या नजरेसमोर रेणूची मंद शीतल मूर्ती उभी राहिली.

विजयनी गाडी बाहेर काढली होती.

“तुला सोडू वाटेत?” त्यांनी स्टेलाला विचारलं.

“नको सर. समोरच बस मिळेल. थँक्यू सर.” पाठमोऱ्या गाडीकडे पाहत स्टेला स्वत:शीच म्हणाली.

‘प्रत्येक माणूस म्हणजे एक न समजणारी गूढ कथा, ए मिस्टिरियस स्टोरी! रोज मी या ऑफिसात येते. इतकी वर्षं साहेबांना बघते तरी त्यांना आपण नीटसं समजूच शकलो नाही. बाईसाहेब इतक्या चांगल्या होत्या... एका मुलाची आई. पण घर सोडून गेल्या आणि ही ॲडव्होकेट आभा? ती तर साहेबांची पाठ सोडत नाही. फोन दिला नाही तर कसली तणतणली! माणसं अशी का वागतात?... बसमध्ये बसून स्टेला विचार करत होती.

◆

९

रात्री नऊ वाजून गेले होते. विजय आपल्या खोलीमधल्या हलत्या खुर्चीवर बसले होते. हातात पुस्तक होतं. कोपऱ्यामधल्या स्टँडलँपचा प्रकाश पुस्तकावर

पडला होता. समोरच्या छोट्या टीपॉयवर ट्रेमध्ये त्यांचं लक्ष नव्हतं की व्हिस्कीचा पहिला पेग संपवून दुसरा भरावा असं त्यांना वाटत नव्हतं.

आज संध्याकाळी तेजस्विनीनं जे काही सांगितलं होतं, त्यानं त्यांच्या मनात विचारांचं आवर्त सुरू झालं होतं.

'माणसाचं मन म्हणजे अज्ञात असा गुंता आहे- तेजस्विनी म्हणाली होती.

किती खरी गोष्ट आहे? आभाशी लग्न करायची एक इच्छा मनात होती. ती इच्छा हळूहळू दूर होत चालली होती. मन तेच आहे. पण आज त्या मनाची अवस्था किती वेगळी झाली आहे!

आभाशी लग्न करता आलं नाही म्हणून आपण सदैव नाराज राहिलो. जे जे हातून सुटलं ते ते पुन्हा मिळवलं... पैसा, बंगला, आभाशी मैत्री! पण तरी हे मन असं सैरभैर का?

डॉ. तेजस्विनी आणि डॉ. प्रशांत दोघांचाही प्रेमविवाहच होता. मग ते प्रेम आज कुठे गेलं? दोघांचं मन तेच आहे. मग बदल नेमके कुठे घडले?

आभाशी आपलं लग्न झालं असतं तर? ते प्रेम असंच कुठल्या कुठे गेलं असतं. कदाचित डॉ. प्रशांत आणि तेजस्विनीसारखंच... कदाचित...

कोर्टात उभे असतो आभा आणि मी? मनाच्या या अज्ञात गुंत्यात गुरफटलेला माणूस कुठल्या कुठे वाहावत जातो.'

त्या रात्री जेवताना विजय काहीच बोलत नव्हते. आज गणपत आणि सारजा यांना एकापाठोपाठ एक असे आश्चर्याचे धक्के बसत होते. आज शनिवार असूनही विजय वेळेवर घरी आले होते. आभाबाईचे फोन आले होते, तरी विजयनी घेतले नव्हते. व्हिस्कीचा पहिलाच पेग ग्लासमध्ये तसाच उरला होता. गणपत, सारजानं हाक मारण्याआधीच विजय टेबलावरच्या जेवणाचा समाचार घेत होते, बोलत नव्हते.

मंद दिव्याचा प्रकाश साऱ्या खोलीत भरून गेला होता. नीरव शांततेनं सारी खोली स्तब्ध झाली होती. विजय अंथरुणावर पडून विचार करत होते.

रेणू! ती हे घर सोडून निघून गेली होती. तिचं त्यांच्या जीवनात येणं अनपेक्षित होतं, तसंच जाणंही!

ही रेणू त्यांना कधीच आवडली नव्हती. पण अलीकडे आभाच्या स्वभावाचे कंगोरे जसे जसे उलगडत होते, तसे तसे विजय अस्वस्थ होत चालले होते. पूर्वीपासून आभाचा जो मोह पडला होता, तो मोह कशाचा होता? तो मोह होता बुद्धिमत्तेचा. पण संसार केवळ बुद्धिबळावर चालत नाही; बुद्धिबळावर जे समोरासमोर येतात, ते दोन भिडू असतात पटावरचे. हरवण्याची जिद्द आणि जिंकण्याचं आव्हान मनात बाळगून, सावध खेळ खेळायचा. तो खेळ आभाशी खेळून झाला होता.

त्यात आता नावीन्य उरलं नव्हतं. तिची सोबत आता आनंद देत नव्हती.

आणि म्हणूनच मनाच्या कोपऱ्यात मंदपणे उभी असणारी रेणू... आता कुठेतरी त्या कोपऱ्यामधूनच अस्फुट अशी जाग देत होती. आठवत होतं तिचं संयमी वर्तन!

या अनपेक्षित जाणिवेनं विजय बेचैन होत होते. त्या लंबकावरची दूर असणारी रेणू हळूहळू जवळीक साधते आहे का? ही जाणीव अनपेक्षित होती.

रघूनं रेणूला या घरात आणून सोडलं. त्यानंतर एकदाच विजयनी तिला तिची जागा दाखवून दिली होती.

'रेणू, तुझं माझं लग्न हा एक करार आहे. उपकारांच्या परतफेडीचा करार! तो तू समजून वागावंस. या घरात मला पुन्हा कुणीही 'का?' हा प्रश्न विचारू नये. इतकं पथ्य पाळता आलं, तर दोघांचंही जगणं सुसह्य होईल. कारण एका योगायोगानं का होईना, तू माझी पत्नी आहेस. या घरात तू राहू शकतेस, पण मर्यादा पाळता आली तरच! माझ्या मन:स्वास्थ्याला धक्का लागणार नाही, इतकंच पाहा.'

याच खोलीत उच्चारलेले ते शब्द आज विजयसमोर उभे होते. शब्दच का? अनेक प्रसंग!

त्या दिवसानंतर रेणूनंच स्वत:ला एक मर्यादा आखून घेतली होती. शक्यतो मनस्तापाचे प्रसंग तिनं येऊ दिले नव्हते. दुपारचं जेवण ऑफिसला जाण्यापूर्वी घरीच घेऊन विजय जात असत. पूर्वी घालून दिलेल्या शिस्तीनुसार गणपत बरोबर दहा वाजता टेबल मांडून तयार ठेवत असे. त्यापूर्वी सकाळचा चहा गणपतनं खोलीत नेऊन दिलेला असे. रेणू आली, तरी घराची शिस्त, तशाच करडेपणानं पाळली जात होती.

सकाळी दहा वाजता विजय जेवायला बसत असत. तेव्हा रेणू स्वयंपाकघरात असे. गणपत गरम जेवण टेबलावर वाढत असे. त्या दिवशी सकाळी सर्व जामानिमा पूर्ण करून विजय जेवणघरात आले. गणपतऐवजी रेणू वाढायला उभी होती. गरम पोळी घेऊन, ती आतून आली तोवर विजयनी हाक दिली.

"गणपत."

"तो आजारी आहे." रेणूनं उत्तर दिलं.

"आणि सारजाबाई?"

"त्या चार दिवसांपूर्वीच गावी गेलेल्या आहेत."

हे ऐकताच विजयनी ताट पुढं सरकवलं आणि पानात कालवलेला भात तसाच राहिला. रेणू कळवळून म्हणाली,

"जेवणावरून असं उठू नये." काहीच उत्तर न देता, हात धुऊन विजयनी

ब्रीफकेस उचलली आणि ते गाडीत जाऊन बसले. रात्रीचे आणि त्यानंतर गणपत, सारजा कामावर येईपर्यंतचे जेवण ते आभाबरोबर बाहेरच घेत होते.

त्यानंतर एकदा रात्रीच्या वेळी टेबलावर दोन पानं मांडलेली होती. विजय जेवणघरात आले.

''गणपत.''

''जी!''

''दोन पानं कुणाची?'' त्यांनी विचारलं.

''तुमचं आणि बाईसाहेबांचं जी!''

''मग त्यांना जेवू देत. मी नंतर जेवेन.'' ते परत जायला वळले. तोवर रेणूच स्वयंपाकघरातून आत आली. तिनं शांतपणे स्वत:साठी मांडलेल्या प्लेट्स बाजूला काढल्या. काहीच न बोलता ती खोलीत निघून गेली.

त्यानंतर त्यांनी टेबलावर एकट्यानंच घेतलेलं जेवण आणि त्याची अळणी चव आज या क्षणी आठवून विजयचं मन कडवट झालं. ते विचार करत होते.

रेणूनं कधीही विरोधी सूर काढला नव्हता; कधीही तिच्या त्या घरामधल्या वास्तव्याचा तिनं विजयना त्रास होऊ दिला नव्हता. आपल्या त्या कठोर वर्तनाचा अर्थ रेणूनं नेमका कसा लावला असेल? ते तिचं सोसणं, अगतिकपणातून होतं, की संयम होता तो तिचा?

उपकाराच्या परतफेडीच्या करारामधून झालेलं लग्न असं आपण म्हणालो.

पण रेणूनं तर तिच्या पसंतीनं आपल्याशी विवाह केला होता.

तिला नेमकं काय वाटत होतं याचा विचारच करण्याची आपल्याला गरज वाटली नाही.

आभा आणि विजयच्या मैत्रीची ओळख रेणूला झाली. तो प्रसंग विजयला लख्ख आठवत होता. आतासुद्धा. मुधोळकरचं लग्न होतं. त्या लग्नाचं आमंत्रण त्याच्या आई-वडिलांनी अगत्यानं घरी येऊन दिलं. रेणू आणि विजय घरीच होते. मुधोळकर विजयकडे उमेदवारी करत होता. त्याचं घरी येणं-जाणं होतं. रेणूही त्याच्याशी आपलेपणानं वागत होती. लग्नाच्या सकाळी ऑफिसला जातानाच विजयनी संध्याकाळच्या रिसेप्शनचा सूट ऑफिसमध्ये नेऊन ठेवला होता. आभाही त्या लग्नाला येणार होती.

स्वागत-समारंभात नामांकित वकील व अनेक परिचित मंडळी विजयना भेटत होती. आभाही बरोबरीनं विजयसोबत वावरत होती. अनेक जणांना विजयचं लग्न झालं आहे हेच माहिती नव्हतं. आभा व विजय बरोबरीनं फिरताना अनेकांनी पाहिलं होतं. म्हणूनच कुणीतरी विजयना त्या स्वागत समारंभात हटकलं, ''वकीलसाहेब, आता तुमच्या निमंत्रणाची वाट पाहतो आहे.''

“निमंत्रण? कशाचं?” विजयनी विचारलं.

“अरे, त्यांनी मधुचंद्रही उरकला आहे. आता निमंत्रण कशाचं?”

कुणीतरी आभा-विजयकडे पाहत हसत हसत म्हणाले. विजय काही उत्तर देणार, तोवर त्यांचे शब्दच थबकले. रेणू लग्नाच्या हॉलमध्ये प्रवेश करत होती. गर्भरेशमी, हिरव्या साडीची रुंद लाल किनार, त्यांवर मोत्यांचे दागिने, मानेवर केसांची सैलसर गाठ. त्यावरचा पांढराशुभ्र गजरा आणि गळ्यात रुळणारं मंगळसूत्र. चेहऱ्यावरचं मंद हसू. आत येणाऱ्या रेणूकडे सर्वांचंच लक्ष गेलं. आजवर कोणत्याही समारंभात रेणू कधी गेलीच नव्हती. ती घरातही विजयसमोर येत नसे. मग समाजात, त्याच्याबरोबर जाणं तर दूरचीच गोष्ट होती.

रेणूला पाहताच मुधोळकरांचे आई-वडील तत्परतेनं पुढं झाले.

“या वहिनी, या. साहेब. साहेब केव्हाच आले आहेत. तुम्ही याल की नाही या शंकेनं मी पुन्हा फोन केला. आलात, खूप बरं वाटलं.”

रेणूला पाहून आभा चमकली. पण आसुरी आनंद उपभोगण्याची चालून आलेली ही संधी, आभासारखी बुद्धिमान स्त्री सोडणार नव्हती. रेणूला ती प्रत्यक्ष भेटली नव्हती, तरी ही रेणू आहे हे तिला समजलं होतं. मुधोळकरांच्या वडिलांबरोबर रेणू नवदांपत्याला भेटण्यासाठी सजवलेल्या प्लॅटफॉर्मवर गेली तशी आभा विजयला म्हणाली,

“चल, आपण जेवून घेऊ.”

या प्रसंगाची कल्पनाच नसणारे विजय मुकाट्यानं आभाच्या पाठोपाठ गेले. आपापल्या प्लेट्समध्ये जेवण वाढून घेऊन कोपऱ्यातल्या मांडलेल्या टेबल-खुर्चीवर बसून ते दोघं पाहत होते.

रेणू आल्याचा आनंद मुधोळकरांना झाला होता. ते रेणूशी सर्वांची ओळख करून देत होते. रेणू येण्यापूर्वीच ज्या वकीलमित्रांनी विजयला, ‘लग्नाचं निमंत्रण केव्हा?’ असा प्रश्न विचारला होता, त्यांना रेणूची ओळख झाल्यावर धक्काच बसला होता. आश्चर्य, कुतूहल, खेद असे भाव त्यांच्या चेहऱ्यावर उमटून गेले होते.

स्वत: विजयही गंभीर झाले होते. आभाच्या डोळ्यात अंगार पेटला होता. तरीही आनंदाचा मुखवटा ते दोघं पुन:पुन्हा ओढून घेत होते. त्या मुखवट्याच्या आत फक्त संताप होता. न मावणारा.

रेणूनं त्या दोघांना एकत्र जेवताना पाहिलं होतं. कोणताही उद्वेग चेहऱ्यावर न दाखवता, ती शांतपणे त्या समारंभात हसतमुखानं वावरत होती. स्टेलाशी हास्यविनोद करत होती. जशी शांतपणे ती आली होती, तशी निघूनही गेली होती. त्या दोघांकडे तिनं लक्ष दिलंच नव्हतं. सर्वांचा निरोप घेऊन आभा आणि विजय जायला निघाले. तेव्हा प्रत्येकाच्या चेहऱ्यावरचं प्रश्नचिन्ह विजयना भाल्याप्रमाणं टोचत होतं. गाडीत

बसल्याबरोबर आभाचा संताप उफाळून बाहेर आला.

"छान शोभा झाली आज! तुझी रेणू तिथे येणार आहे, हे मला माहिती असतं, तर मी आज आलेच नसते.''

"बिलिव्ह मी आभा, रेणू लग्नाला येणार याची मला कल्पनाच नव्हती. थोडीसुद्धा. तशी कल्पना असती तर मीच आलो नसतो.'' ड्रायव्हिंग करताना विजय म्हणाले.

"म्हणजे? काहीच बोलणं झालं नव्हतं तुमचं?'' आभानं विचारलं.

"आभा!'' दुखावलेल्या स्वरात विजय म्हणाले, "किती वेळा सांगू मी? तिचं आणि माझं साधं बोलणंही होत नाही.''

"मला सांगू नकोस तू विजय. इतकी सुंदर स्त्री घरात असताना, कुणी पुरुष असा न बोलता राहू शकेल?''

रेणूचं सात्त्विक रूप पाहून आभा अस्वस्थ झाली होती. तिच्यासमोरची आभा आज एक कचकड्याची बाहुली वाटत होती. आज सर्वांच्या डोळ्यांतले रेणूबद्दलचे आदरभाव आभाला टोचले होते. त्या साध्या मुलीनं, आभाची बुद्धिमत्ता, डिग्री, स्वतंत्र व्यक्तिमत्त्व यांना पार हरवून टाकलं होतं. किती झालं तरी रेणू- विजयची पत्नी म्हणून त्या समारंभात आली होती. सर्वांनी तिला सन्मानानं वागवलं होतं आणि विजयसोबतच्या आभाला पाहून प्रत्येकाला दु:ख वाटलं होतं. कुणी तोंडानं उच्चार केला नव्हता तरी आभालाच आपला पराभव स्पष्ट जाणवला होता. तिचा राग उफाळून आला होता. बुद्धीचं पांघरूण तोकडं पडलं होतं, या विजयनंच हा लग्नाचा घोळ करून ठेवला होता आणि त्याच्या कहाणीत आभाचं जीवन बेमालूमपणे मिसळून गेलं होतं. पण ती पोकळ जागा... आज अवचित अशी समोर दिसली होती. त्या संतापानं धुसफुसणाऱ्या आभाला विजय म्हणाले,

"आभा, रेणूचं आणि माझं लग्न हा उपकाराच्या परतफेडीचा एक करार आहे. तिला या घरात राहायला देणं हा कर्तव्याचा भाग झाला. एका छपराखाली राहणारे दोन जीव. मनानं अनेक योजनं दूर असणारे! हे मी अनेकदा सांगत आलो आहे तुला.''

"ही तुझी बाजू झाली. पण रेणू- तिचं तर तुझ्यावरच प्रेम आहे लहानपणापासून, म्हणून तर तुझ्या मामांनी तुला लग्नाची गळ घातली.'' आभा विचार करत म्हणाली.

नेमका हाच विचार आता अंथरुणावर पडून विजय करत होते.

रेणूचं प्रेम! आजवर असा विचारच कधी मनात आला नव्हता. रेणू चूपचाप सारं सोसत गेली. मुधोळकरच्या स्वागत-समारंभानंतर विजयनी रेणूशी त्या रात्री खूप मोठं भांडण केलं होतं.

"तू का आली होतीस आज? तू फक्त या घरात राहायचं आहेस, इतकंच मी सांगितलं होतं ना तुला पहिल्या दिवशी? मग लग्न समारंभात येऊन माझा असा अपमान करायची काय गरज होती?''

विजय रागानं बोलत होते. त्यांना वाटत होतं की, आभावरून रेणू मोठं भांडण उकरून काढेल. तो तिचा अधिकारच होता. पण रेणू शांतच होती.

"मी या घरात राहते आहे. पण इथे राहताना गणपत, सारजा, मुधोळकर ही तीन माणसं जी रोज मला भेटतात, त्यांच्याशी माझं काही नातंही असू शकतं ना! ते नातं भावनेचं नसेल; कर्तव्याचंही असू शकेल. परवा गणपत आजारी होता तेव्हा तुमचं जेवण बनवणं हे जसं माझं कर्तव्य होतं, तसंच सारजा आजारी होती तेव्हा तिची काळजी घेणं हे माझं कर्तव्य होतं. तसंच तो मुधोळकर या घरात मुलासारखा वावरतो आहे, त्याच्या आमंत्रणावरून त्या लग्नाला जाणं, हे पण माझं कर्तव्य होतं. हे कर्तव्य तर तुम्हीही पाळता आहात मला या घरात राहायला देऊन! ते जाऊ दे. पण यानंतर मी तुमचा अपमान होईल असं वागणार नाही. काळजी घेईन पुढं.''

धारदार करवतीसारखे शब्द तेवढ्याच शांतपणे बोलून रेणू समोरून निघून गेली. थोड्या वेळापूर्वी आभानं याच प्रसंगावरून केवढं आकांडतांडव केलं होतं आणि त्याच प्रसंगात रेणू संयमानं बोलून बाजूला झाली होती.

त्या दिवसानंतर विजयच थोडे दबकून वागत होते. आज या क्षणीसुद्धा न बोलता, न मागता रेणूचं जे अस्तित्व त्या घरादाराला व्यापून होतं, त्याची जाणीव विजयना होत होती. पदोपदी, आज तेजस्विनीशी बोलल्यापासून तर सारी जाणीव तीव्र झाली होती आणि अशा त्या अटीतटीच्या दोघांच्या वास्तव्यातच राजूचा जन्म झाला होता.

रेणूवर त्यांचं प्रेमच नव्हतं. प्रेम हे एकदाच मनापासून केलं जातं, आयुष्यात जे त्यांनी आभावर केलं होतं. शरीरानं, मनानं ते आभामध्ये पूर्ण गुंतले होते. मग राजूचा जन्म?

तो बेसावध क्षण!

ज्या क्षणी ते रेणूच्या व्यक्तिमत्त्वात विरघळले होते. तो गाफील क्षण असू शकेल. पण त्या क्षणी तो अनुभव, त्यांनी उत्कटतेनं भोगला होता.

सुखानं!

तृप्तीनं!

नंतर मनाला फटकारत गेले होते. रेणूवर प्रेमच नसेल तर तो आलेला क्षण, नेमकं काय होतं? त्या क्षणी आभाचा विसरच पडला होता. नव्हे, रेणूइतकं दुसरं काही सुंदर असूच शकत नाही, असं त्यांचं मन त्या क्षणी सारखं सांगत होतं आणि शरीर तृप्तीनं भरून गेलं होतं.

तो क्षण नेमका काय होता?

लसलसत्या वासनेचा एक विळखा?

रेणूची जीत?

की विजयचा पराभव? याचं उत्तर आजवर विजयना मिळालं नव्हतं. नव्हे, तो प्रश्न मनात आला तरी विजय त्या प्रश्नापासून दूर पळत होते.

आणि उत्तरापासूनही!

पण... पण राजूचा जन्म हे एक वास्तव होतं.

जे विजयना पदोपदी पराभवाची जाणीव देत होतं.

आत्तासुद्धा विजयना तो प्रसंग आठवत होता.

त्या संध्याकाळी विजय आभासोबत सिनेमाला जाणार होते. 'पारी' या इंग्रजी सिनेमाची तिकिटं आभानं मिळवली होती. मेट्रोला लागलेला हा सिनेमा त्या दोघांनाही केव्हापासून पाहायचा होता. विजय त्या संध्याकाळी ऑफिसमधून कपडे बदलण्यासाठी घरी आले होते. अचानक त्यांचे पाय जागीच थबकले. रेणू पाइप हातात धरून झाडांना पाणी घालत होती. पांढरीशुभ्र मलमलीची साडी, बिनबाह्यांचा ब्लाऊज, पाठीवर पसरलेले काळेभोर केस, पाइप उंच हातात धरून सायलीच्या वेलाला वरपासून ती न्हाणवत होती. स्वत: भिजत होती. सडपातळ शरीर तलम साडीतून उठून दिसत होतं. विजयना पाहताच वर खोचलेली साडी तिनं एका हातानं खाली सोडली. तिच्या गोऱ्या चेहऱ्यावर सांज-उन्हांनी रांगोळी उमटवली होती.

क्षणभर विजय रेणूला पाहतच राहिले. लहानपणीची लहानखुरी रेणू आणि आज समोर उभी असलेली रेणू! केवढा फरक होता, त्या दोन रूपांत?

"गणपत-"

विजयना बघून रेणूनं हाक मारली होती. गणपतनं त्यांच्या हातामधली बॅग घेतली व विजय त्याच्यापाठोपाठ घरात गेले. माडीवरच्या त्यांच्या खोलीला लागून गॅलरी होती. त्या गॅलरीला टेकूनच सायलीचा वेल वर चढला होता. त्या वेलीवरच्या कळ्या फुलल्या होत्या. पाणी पिऊन सारी बाग सतेज, ओली झाली होती. त्याचा गारवा वरपर्यंत पोचला होता. सर्व जामानिमा आटोपून विजय तयार झाले होते. पण का कोण जाणे, आज त्यांना ती संध्याकाळ मागं खेचत होती. त्या वेळी ते घरी कधीच आले नव्हते. ऑफिसमध्ये पंख्याच्या वाऱ्याखाली फायलींच्या ढिगाऱ्यात किंवा आभासोबत एखाद्या थंडगार हॉटेलात किंवा मरीन लाइन्सवर अशा त्यांच्या संध्याकाळी जात असत. आज अचानक त्यांच्या घरातच एक सुस्नात ओली संध्याकाळ सामोरी आली होती.

"साहेब, आभाबाईंचा फोन," गणपत म्हणाला.

"निघतोच आहे असं सांग." ते गाडीत बसण्यासाठी पोर्चमध्ये आले. एका बैठ्या स्टुलावर उभी राहून, हात वर करून रेणू सायलीच्या कळ्या काढत होती. सारजाबाई हातात भांडं घेऊन कौतुकानं रेणूकडे बघत होती. गाडी सुरू झाली, तशी क्षणभर रेणूनं हात खाली घेतले. ओंजळीत पांढरीशुभ्र फुलं होती.

पूर्वी एकदा तिनं ओंजळीतून वहीवर फेकलेली पिवळीधम्मक चाफ्याची फुलं नजरेसमोर आली. त्यांचा गंध नाकाला स्पर्शून गेला. तो आंब्याचा पार, सभोवती खळखळणारं पाटाचं पाणी चमकून गेलं क्षणभरात.

'फुलांत काय बघायचं? जा, मला त्रास देऊ नकोस.'

त्या वेळी विजयनी रेणूला तोडलं होतं. एक एक फूल नंतर तिनं वाहाळात सोडलं होतं ती रेणू!

आज चाफ्याचा रंग लेवून सायलीच्या गंधानं भारून- अचानक समोर उभी होती. समुद्रावर विजयच्या पायाला काटा टोचला, तर कळवळून परकरानं पायाचं रक्त पुसणारी रेणू- आज... मनानं रक्तबंबाळ असूनही, त्यांच्या घराची बाग फुलवत होती. फुलं गुंफत होती.

'कुठेतरी, काहीतरी चुकतं आहे का?' विजय क्षणभर थबकले अन् तेवढ्याच वेगानं गाडी मागं घेऊन, त्यांनी मेट्रोचा रस्ता गाठला. खाऱ्या वाऱ्याचा स्पर्श नकोसा वाटत होता.

मेट्रोच्या दारातच आभा त्यांची वाट बघत होती. आजचा तिचा जामानिमा बघूनच विजयनी कपाळावर आठी घातली. तंग जीन्स, वर रुंद गळ्याचा ब्लाउज, खांद्यापर्यंत रुळणारे लोंबते इअरिंग्ज, बॉब हेअर, रंगवलेला, कमावलेला चेहरा, भडक लिपस्टिक.

"चल, चल लवकर. मेन शो सुरू होईल."

त्यांना हाताला धरून आत नेत ती म्हणाली. थिएटरच्या थंडगार हवेत, आभाच्या शेजारी बसून ते समोरची दृश्यं पाहत होते. ती पारी, तिचे भन्नाट व्यक्तिमत्त्व, प्रेमात आकंठ बुडून गेलेली पारी खरं पाहता, आज त्यांचं मन अकारणच अस्वस्थ होतं. समोरची कथा, शेजारी बसलेल्या आभाचं बोलणं आणि मनातली अशांतता... यांचा ताळमेळ बसत नव्हता.

नेहमीप्रमाणं नंतर हॉटेल पॅनोरमात जेवण झालं. आभाला घरी सोडून विजय घरी परतले तेव्हा रात्रीचे अकरा वाजून गेले होते. गणपतनं दरवाजा उघडला. नेहमीप्रमाणं विजय माडीवर गेल्यानंतर गणपतनं खालचे सर्व दिवे मालवले आणि मागच्या बाजूच्या खोलीत तो निघून गेला. कपडे बदलून, विजयनी खोलीतला मंद बेडलँप लावला आणि गॅलरीमधल्या वेताच्या आरामखुर्चीवर ते विसावले. सारी बाग चांदणं पांघरून डुलत होती. रेणूनं साऱ्या झाडापानांना पाण्यानं न्हाणवताना

संध्याकाळी त्यांनी पाहिलं होतं. चंद्रप्रकाशानं पानं चमकत होती. रातराणी बहरली होती. श्वासांतून मनापर्यंत पोचत होती. झोप येत नव्हती तरी मच्छरदाणी बाजूला सारून, ते बिछान्यात शिरले. उशीवर मान टेकवली. एक हात उशीखाली अभावितपणे गेला आणि ते दचकले. उशीखाली सायलीचा भरगच्च गजरा फुलून आला होता. तो हाताशी आला. तसे विजय उठून बसले. खरंतर तो गजरा त्याच क्षणी चुरगाळून फेकून द्यायला हवा होता. गणपत, रेणू सर्वांना खडसावयाला हवं होतं. पण त्या फुलांचा मत्त गंध गात्रागात्रांना आव्हान देत होता. फुलं काढण्यासाठी हात वर करून, खटाटोप करणारी रेणू, तिचा कमनीय बांधा खुणावत होता. अणुरेणूत बेचैनी जाणवत होती.

रेणू... रेणूचा विचार मनामधून हालत नव्हता.

या मुलीनं लहानपणापासून फक्त प्रेमच केलं होतं.

लहानपणापासून, ते आजवर.

विजयनी तिला सदा झिडकारलं होतं. अपमान करण्याची एकही संधी सोडली नव्हती. या वैभवानं भरलेल्या घराची मालकीण असूनही ती चोरासारखी वावरत होती. तक्रार न करता, खाली मान घालून मुकाट्यानं विजयनी घालून दिलेली मर्यादा, ते बंधन- ती करडी शिस्त चूपचाप ती पाळत होती.

तक्रार करत नव्हती. अधिकार गाजवत नव्हती. जाब विचारत नव्हती. भांडत नव्हती. हे बळ त्या दुबळ्या मुलीत कुठून आलं होतं? आजची संपूर्ण संध्याकाळ व मध्यरात्रीपर्यंत ते आभासोबत होते. तिच्या लाघवात विरघळत होते.

पण या वेळी या घरामधल्या अनेक संध्याकाळी आणि या अनेक रात्री, रेणू कशा घालवत असेल याचा त्यांनी कधी विचारच केला नव्हता. हातामधल्या गजऱ्याला नकळत त्यांनी कपाळाशी टेकवलं. ती पांढरीशुभ्र, लहानशी फुलं त्यांच्या मनाचा दाह शांतवत होती. त्या फुलांचा नाजूक, ओला स्पर्श होताच विजय मनोमन शहारले. आईचा स्पर्श आठवत नव्हता. त्यानंतर मामींचा स्पर्श, आभाचा स्पर्श आणि आज या फुलांचा स्पर्श! हा स्पर्श मृदू होता, आर्जवी तरीही प्रमत्त होता. हा अनुभव अनोखा होता. आजवर फुलं फक्त पाहिली होती. फुलांचा मृदू स्पर्श असा चटका लावणारा असतो?

भारावल्यासारखे विजय उठले. रेणूची खोली समोरच होती. दरवाजा लोटलेला होता. आतमध्ये कॉटला मच्छरदाणी खोचली होती. मंद बेडलँपचा उजेड आतमध्ये झोपलेल्या रेणूवर पडला होता. मोकळे केस उशीवर पसरले होते. काळ्याभोर ढगांमध्ये चंद्र उठून दिसावा, तशी रेणू दिसत होती. न राहवून विजयनी हाक दिली,

''रेणू.''

त्यांचं मन रेणूविषयीच्या प्रेमानं भरून गेलं होतं. डोळे न उघडताच रेणू

हसली. जणू त्या हाकेचीच ती वाट पाहत होती. चंद्रामधून चंद्रकिरणं ओघळावी तशी! तिच्या स्पर्शात आवेग होता. चंदनाची शीतलता अंगप्रत्यंगातून झिरपत होती. शरीर, मनाचे सारे दाह शांतवण्याचं बळ, त्या क्षणात उतरलं होतं. निशिगंध, रातराणी, सायली सारे गंध लेवून, ओलांडून भारावलेली रात्र ओसंडून, आवेगानं झिरपत होती. आजवर रेणूनं काही मागितलंच नव्हतं. ते सारे अव्यक्त, आवेगी प्रवाह विजयना दुथडी भरून वाहताना अवचित भेटले होते. त्या प्रेमधारेत विजय चिंब झाले होते. रेणू सर्वस्व ओतून, भरभरून जे देत होती त्यानं ते स्वत:च थक्क झाले होते. ते आव्हान नव्हतं, ते समर्पण होतं. अत्यंत विनयशील लाघवानं भरभरून केलेलं समर्पण! जे फक्त त्यांच्यासाठीच होतं. त्यांनी मागितलं नसतं, तरी जगाच्या अंतापर्यंत त्यांचीच वाट पाहणारं...! रेणूचं प्रेम... अनुभवताना विजय स्वत:च तृप्त होत होते, त्या नाजूक मुलीला आपण फार फार दु:ख दिलं याची अपराधी भावना मनात जागली होती. अहंकार त्या क्षणापुरता गळून गेला होता. रेणूनं त्यांचं तन, मन व्यापून टाकलं होतं. रात्र प्राजक्ताचे नि:श्वास टाकत, पहाटेत विरत चालली होती. पण विजयना भान उरलं नव्हतं. सकाळच्या कोवळ्या किरणांना आज त्या खोलीत शिरूच नये, असंच वाटत होतं. केव्हापासून ती खिडकीच्या तावदानांवर अवघडून उभी होती.

बस्स! तो एकच गाफील क्षण! ज्यानंतर विजयनी स्वत:ला धिक्कारलं होतं. जी रेणू त्यांना कधीच आवडली नव्हती, तिनं त्यांना अशा बेसावध क्षणीच आपल्याकडे खेचून घेतलं होतं, त्याची विजयना खूप चीड आली होती. त्या रात्रीनंतर त्यांचं मन द्विधा झालं होतं. घरी जाण्याची भीती वाटत होती. स्वत:च्या मनाची खात्री वाटत नव्हती, फुलांचा ओला स्पर्श, चंदनाची शीतलता पुन्हा आठवण देत होती. धिक्कारणारं मन पुन:पुन्हा डचमळत होतं.

इतकं सारं सुख, सौंदर्य हात जोडून समोर उभं असताना मन मात्र नेमकं विरुद्ध दिशेला जाण्यासाठी का धडपडत होतं? इतकं नितळ, स्वच्छ मन असणारी रेणू जी विश्वासानं, संयमानं आजवर वागत आली होती, तिच्यापासून दूर जाण्याचा इतका अट्टाहास का होता मनाचा?

त्या रात्रीत भेटलेली तृप्ती, पुन:पुन्हा भरून घ्यावी अशी इच्छा असूनही मन असं हट्टी का बनत होतं? रेणूला तोडून आभाकडे जाण्यातला आनंद नेमका काय होता?

या विचारांनी, त्यानंतर विजयना ढवळून टाकलं होतं. म्हणूनच रेणूला त्यांनी फटकारलं होतं,

''पुन्हा असले प्रसंग येणार नाहीत याची काळजी घे.''

रेणू खाली मान घालून उभी होती. आपल्या बोलण्यामधला फोलपणा त्यांनाच

समजत होता. रेणूनं कोणताच प्रसंग ओढवून आणला नव्हता; पण कमकुवत मनाचा पराभव कबूल करणं विजयना अवघड जात होतं.

आभाचं प्रेम म्हणजे मग काय होतं?

आणि रेणूनं त्या रात्री भारून टाकलं, त्याचा अर्थ नेमका कोणता?

या द्वंद्वातच ते होलपटत होते.

त्याच वेळी रघू आला होता आणि मामींच्या बोलवण्यावरून रेणू त्याच्यासोबत रत्नागिरीला गेली तशी विजयना हायसं झालं होतं.

डॉ. तेजस्विनी भेटण्याचा दुसरा शनिवार जवळ येत होता. त्या संपूर्ण आठवडाभर विजय काम करत होते. घर ते ऑफिस. कोर्टात वावरत होते. पण मनात मात्र विचारांचं आवर्तन सुरू होतं. पण कधी वरचे सप्तक, तर कधी खर्ज बरोबर लागत असावा, तरी सम गाठता येत नसावी, अशी मनाची उलाघाल सतत सुरू होती.

"काय झालंय तुला विजय? असा बेचैन का?" आभानं विचारलं.

"छे! काही नाही."

"मी सांगू विजय? रेणू स्वतःहून घर सोडून गेलीये, तू तिला काही जा म्हणून सांगितलं नव्हतंस! मग आता एक नोटीस पाठव, कोर्टातून!"

"नोटीस? कसली?"

"घटस्फोटाची? आपण लग्न करू!"

"आभा!"

विजयचा स्वर चढला होता. आभा चमकली. विजय वरमले.

"त्यांच्या नजरेसमोर घटस्फोटाच्या नोटिशीनं सैरभैर झालेली तेजस्विनी उभी राहिली. तेजस्विनी! एक सुशिक्षित, कमावती स्त्री! तिला घटस्फोटाची नोटीस पाठवून, डॉ. प्रशांतनं एका परीनं तिचा अपमानच केला होता. तरीसुद्धा तेजस्विनीला ते अनिष्ट टाळायचं होतं. ते बंधन तिला क्लेश देणारं होतं, तरी तिला ते हवं होतं. कशासाठी?

'सर, दूर होण्यानं सुखी होण्याची खात्री असेल, तर जरूर दूर होईन, पण तसं होणार नाही सर. त्यानंतर माझा नवरा, जो घटस्फोट मागतो आहे, तो तर उद्ध्वस्त होईलच- पण आशू... आमची मुलगी ती पण उद्ध्वस्त होईल.

आणि मी? मी उरलेच आहे कुठे? ही जी डॉ. तेजस्विनी मेहेंदळे, आत्ता तुमच्यासमोर बसलेली आहे ना- ती, मी अशी नव्हतेच कधी!' विजयना डॉ. तेजस्विनीचे शब्द आठवले.

ज्या डॉ. प्रशांतशी लग्न करताच, सारी स्वप्नं धुळीला मिळाली, त्या

डॉ. प्रशांतला दूर करणं इतकं अवघड का वाटतं त्या स्त्रीला? ती कमावती आहे, स्वतंत्र विश्व उभं केलं आहे तिनं. तरी यातच गुंतायला पाहतेय. स्त्रीला संसार इतका प्रिय असतो की एकटं राहण्याचं धाडस नसतं? समोरच्या आभाकडे बघत विजय विचार करत होते आणि आज कधी नव्हे, ती ही आभा म्हणते आहे, 'रेणूला नोटीस पाठव.'

आभा स्त्री असून रेणूला समजू शकत नाही. आपण तरी रेणूला कधी समजून घेतलंय? ना आभाला ना रेणूला!

विजय विचार करत होते. त्यांनी आभाला उत्तर दिलं नाही.

"विजय नेमकं तुझं काय चाललं आहे?" आभानं विचारलं.

"एक नवीन गुंता समोर उभा आहे. त्याचा विचार करतो आहे."

"वकीलपत्र घेतलंस?"

"ठरवलं नाही."

"कुणी स्त्री आहे? सुंदर आहे? मग विचार करू नको."

आभा छद्मीपणे हसली.

"आभा, व्यवसायानं मी वकील. अनेक स्त्रिया मला रोज भेटणार, सहवासात येणार. तुझ्या मनात असा वाकडा विचारच कसा येतो गं?"

विजय संताप आवरत होते.

"वाकडा विचार? अंहं. पण मला पूर्ण ठाऊक आहे की, एक विवाहित पुरुष एखाद्या स्त्रीशी मैत्री ठेवतो आणि एकदा त्याला त्यामधला आनंद समजला की, एक मैत्रीण काय किंवा अनेक काय? सारखंच."

"ओऽह! स्टॉप इट आभा. तुला माहिती आहे. रेणू"... विजयचं वाक्य अर्धच राहिलं.

"हो, मला हेसुद्धा माहिती आहे की रेणूला तुझ्यापासून मुलगा झालेला आहे. आता तू मला सांगशील की केवळ कर्तव्यभावनेनं आपण- तर मिस्टर विजय, ही आभा इतकी मूर्ख नाही. तू एक वेळ रेणूला फसवू शकशील, पण मला नाही.

"आणि आता ही डॉ. तेजस्विनी मेहेंदळे जिला तू आज भेटणार आहेस, तिला तू दोन तास वेळ देऊ शकतोस. त्या वेळी कुणाची भेट घेत नाहीस. फोन परस्पर बंद केले जातात. हे रेणूला पटलं असतं. पण याचा अर्थ मी चांगलाच समजून आहे. डॉ. तेजस्विनी सुंदर आहे ना दिसायला? तुला हवी तशी, बुद्धिमानही आहे!"

आभाच्या एकेक शब्दासरशी मनातला अंगार फुलत होता. डिवचलेल्या नागिणीसारखी आभा समोर बसली होती. विजय म्हणाले, "आभा, प्लीज तू निघून जा या क्षणी. तू इथे थांबू नकोस. शक्य झालं कधी तर समजून सांगेन सारं. पण आत्ता तू जा."

समोरचा हलता दरवाजा आपटून आभा निघून गेली. आपला संताप आवरण्याचा विजय प्रयत्न करत होते. आभाच्या या स्वभावाची त्यांना कल्पना होती. म्हणूनच विजयनी आजच्या शनिवारी तेजस्विनीला ऑफिसात न भेटता, बाहेर भेटू असं सुचवलं होतं. कुणा अशिलाला ते आजवर ऑफिसच्याबाहेर कधीच भेटले नव्हते. ते त्यांच्या नियमात बसणारं नव्हतं. पण तेजस्विनीची कथा, त्यांना स्वतःलाच एका वेगळ्या दृष्टिकोनामधून समजू लागली होती. गेले आठ दिवस मनाचा तळ ढवळून निघत होता. स्वतःचं कमकुवत, पण अहंकारी रूपही त्या कहाणीतून त्यांना अस्पष्ट दिसत होतं. त्यात कधी आभा, तर कधी रेणू असे, दोन लंबकांमधलं दोलायमान मन तेजस्विनीच्या कहाणीतून स्थिर होऊ पाहत होतं.

अशा वेळी त्यांना शांतता हवी होती. आभाचं तिथे येऊन वाद घालणं, त्यांना टाळायचं होतं. सारं ऑफिस शांत झालं होतं. मनाचा उद्वेग शांत करून, तेजस्विनीला भेटण्यासाठी विजय मनाची तयारी करीत होते.

◆

१०

हॉटेल कॅसलरॉकच्या हिरवळीवरचं कोपऱ्यातले टेबल तेजस्विनीनं आधीच घेऊन ठेवलं होतं. त्या हिरवळीलगत सिमेंटचा पांढराशुभ्र कट्टा होता आणि त्याच्याखाली वाळू पसरली होती. जुहू बीचच्या अगदी शेवटच्या टोकाचा एक जुना बंगला जाऊन, तिथे आता हॉटेल कॅसलरॉक उभं राहिलं होतं.

दर शनिवारी हॉटेल कॅसलरॉकच्या हिरवळीवर खूप गर्दी होत असे. आठ आठ दिवस आधी तिथे असणारी टेबलं राखून ठेवली जात. तिथे संध्याकाळ घालवता येणं, हा उच्च मध्यमवर्गीयांच्या आनंदाचा, अभिमानाचा भाग होता.

''पुढच्या शनिवारी भेट ऑफिसमध्ये नको,'' असे ॲडव्होकेट म्हणाले तसे तेजस्विनीनं हॉटेल कॅसलरॉकच्या हिरवळीवरचे हे टेबल राखून ठेवण्यास तिथल्या व्यवस्थापकास सांगितलं होतं. तिलाही थोडा निवांतपणा हवा होताच. विजयची वाट बघत ती हॉटेल कॅसलरॉकच्या व्हरांड्यात बसली होती. त्यांची गाडी आत येताच तिनं उठून त्यांना अभिवादन केलं. गाडी पार्क करून तेजस्विनीसोबत हिरवळीलगतच्या राखीव टेबलाजवळ विजय आले. दूरपर्यंत समुद्राची निळाई भरून राहिली होती. आभाळात रेंगाळणारी उन्हं शेंदरी रंग उधळत होती. निळ्या समुद्रावर भगवी रेषा उठून दिसत होती. समुद्रलाटांची गाज, सभोवतालच्या मंद सुरांमधल्या संगीतापेक्षा जवळची वाटत होती. विजयनी हाच समुद्र बालपणी

रत्नागिरीत पाहिला होता. रत्नागिरीच्या किल्ल्याच्या तटावरून निळ्या पाण्यात विरघळणारा भगवा गोल, अजूनही नजरेत साठलेला होता. त्या वेळी अनेकदा रेणू शेजारी असे. गणपतीपुळ्याचा धडाडणारा समुद्र. किनाऱ्यावर बेबंद आदळणाऱ्या आणि त्या आवाजानं परिसर भरून टाकणाऱ्या लाटा!

त्या धडकणाऱ्या सागरकिनाऱ्यावर रघू, रेणूबरोबर लहानपणी विजय अनेकदा गेले होते. पण त्या वेळी त्यांनी मनाची सारी कवाडं बंदच करून घेतली होती. माई, आप्पा, मामा, मामी, रघू, रेणू... सर्वांचाच त्यांना मनातून राग येत असे.

आपलं हक्काचं घर ज्यांच्यामुळे सुटलं त्या माई. माईंचं ऐकून विजयना नारळीच्या फोकानं बेदम मारणारे आप्पा...

मामा-मामींचं नकोसं वाटणारं प्रेम...

ती सदाच पुढं पुढं करणारी रेणू...

आणि कमी बोलून तटस्थ असणारा रघू... या सर्वांपेक्षा जवळच्या वाटणाऱ्या लक्ष्मीकाकू... घर सोडताना त्यांनी विजयला सांगितलं होतं. ''इथून जा विजय. परत येऊ नकोस. मामाच्या घरी जा, पण त्यांचा आश्रित होऊ नकोस. जे मिळवशील ते हिमतीवर मिळव...''

रत्नागिरीचा समुद्र बघताना विजयना नेहमीच तो परका वाटत होता. ते घर, माणसं त्यांना कधी आपली वाटलीच नव्हती. पक्ष्यानं आभाळात झेप घेण्यापूर्वी फांदीचा आधार घ्यावा आणि एकदा झेप घेतल्यानंतर फांदीशी संबंधच पुन्हा ठेवू नये, तसेच विजय वागत होते. पण झेप घेता घेतानाच रेणूची साखळी मामांनी विजयच्या पायात बांधली होती! काय घडतंय ते समजण्यापूर्वीच ती साखळी विजयच्या जीवनाशी घट्ट जखडून गेली होती.

त्यानंतर विजयनी समुद्र बघितला, तो आभासोबत मुंबईत. कधी मरीन लाइन्सवर, कधी एलिफन्टा केव्हच्यासमोर, तर कधी जुहू किंवा मड आयलँडच्या किनाऱ्यावर-घामानं आणि कामानं थकलेल्या संध्याकाळी, मनातले तुफान जागवत, आभासोबत त्यांनी समुद्र पाहिला. कधी रेणू रत्नागिरीत असे, तर कधी घरात...

मनात एक द्वंद्व सतत जागत असताना हा समुद्रच सोबतीस असे.

आणि आज हॉटेल कॅसलरॉकसमोरचं सळसळणारं ते निळं चैतन्य, आज तेजस्विनीबरोबर विजय पाहत होते. आजची संध्याकाळ वेगळीच होती. नुकताच आभानं प्रचंड मनस्ताप दिला होता. त्या मनातल्या उद्रेकाला शांत वाटावं, असंच हॉटेल कॅसलरॉकच्या सभोवतीचं वातावरण होतं.

आपण ऑफिसमध्ये असतो तर आभाच्या शब्दांनी पाठपुरावा केला असता. तिचे शब्द, तिचे विचार, तिचा सहवास अलीकडे मनस्तापच देतो आहे, याची जाणीव विजयना होत होती. तेजस्विनीच्या भेटीची जागा ऑफिसबाहेर ठरवली हेच

चांगलं केलं.

असं थोडं वेगळं वातावरण आणि अत्यंत वेगळी अशी ही तेजस्विनी...

ती सुरुवातीला गूढ वाटली होती. पण तिच्यामुळे मनातलं गूढ वातावरण सैल झाल्याची अस्पष्ट जाणीव होत होती. ही जाणीव सुखद होती की अस्वस्थ करणारी होती? विजयना अंतर्मुखता येत चालली होती. मनाच्या तळाशी असं डोकावून पाहावं, असं आजवर वाटलं नव्हतं.

"खूप छान जागा आहे ही. मी प्रथमच इथे येतो आहे-" विजय प्रसन्नपणे म्हणाले.

"हो, मलासुद्धा इथे बरं वाटतं." तेजस्विनी उत्तरली.

"तुम्ही इथे आला आहात यापूर्वी?"

"हो. एक-दोन वेळा. महेंद्रबरोबर."

"महेंद्र?"

"खरंच सर. मी आता सांगते आहेच. पण सांगताना, माझं आणि महेंद्रचं नेमकं नातं मला सांगता येणार नाही. ते जाऊ दे. काय घेणार? चहा, कॉफी, कोल्ड्रिंक्स, हॉट ड्रिंक्स काय हवं असेल ते!"

"नको. मी नंतर सांगेन. हं सांगा!" विजय ऐकण्याच्या तयारीत बसले.

मी मुंबईत के.ई.एम.मध्ये शिक्षण घेत होते. राहण्यासाठी अपुरी मिळालेली जागा, हॉस्पिटल, अभ्यास, रोजचा प्रवास यांत सर्व आठवडा संपून जायचा. दर शनिवारी-रविवारी मी पुण्याला यावं, असं प्रशांतला वाटायचं. शनिवारी रात्री उशिरा मी पुण्यात पोचायची. आठवडाभराचा माझा थकवा, प्रवासाची दगदग, अभ्यासाचे परिश्रम याची घरात कुणालाच जाणीव नव्हती; पण प्रशांतनं निदान त्याबाबत काही विचारावं इतकीच माझी अपेक्षा असे. शनिवार व रविवारची रात्र! त्या रात्री, पुरेपूर तो आपला हक्क वसूल करून घेत असे. त्या रात्रींचा मी धसकाच घेतला होता. त्यातलं सारं सौंदर्य आता संपलं होतं आणि हे सारं लग्नानंतरच्या वर्ष-दीड वर्षातच घडावं याचं मला दुःख व्हायचं. ती आता प्रेमाची देवाणघेवाण उरली नव्हती. अधिकार गाजवून सुख ओरबाडणं सुरू झालं होतं. बेळगाव मेडिकल कॉलेजमध्ये भेटलेला प्रशांत कुणी वेगळाच होता.

एकदा मी त्याला विचारलं, "प्रशांत, तू दवाखान्यात जायला सुरुवात का करत नाहीस?"

"डॅडींचा दवाखाना जुन्या इमारतीत आहे. मला आवडत नाही, तिथे काम करायला. माझा दवाखाना कसा आधुनिक असायला हवा!"

"मग?"

"डॅडींचा दवाखाना आहे ना? त्याच्यावरच मी नवीन बांधकामाची परवानगी

मागितली आहे. त्याचा आराखडा तज्ज्ञांना काढायला दिला आहे.''

नवीन बांधकाम करतो आहेस? प्रशांत, मग खालच्या जुन्या जागेतच मी माझं हॉस्पिटल सुरू करू शकेन. अवघ्या दहा, बारा कॉट्सचं स्त्री शुश्रूषालय त्या जागेत सहज उभं होईल. आपण दोघं एकत्रच असू.'' मी उत्साहानं म्हणाले.

''डॅडींच्या दवाखान्यात? मग डॅडी कुठे जातील?''

त्याच्या प्रश्नातला थंडपणा बघून मला धक्काच बसला.

''पण डॅडींना रिटायर्ड व्हायचं होतं, म्हणून तर त्यांनी आपला दवाखाना तुला दिला ना? मग त्या जागेतच आपण दोघं आपापले दवाखाने सुरू करू. प्रशांत मला दुसऱ्याकडे नोकरी करायची नाही. घर सांभाळून, तुझ्यासोबत मला काम करायचं आहे. आपण शिकत असताना, अनेकदा हेच स्वप्न पाहिलं होतं ना? मग?''

''पण डॉक्टर कधीच रिटायर्ड होत नसतो. मी इथेच दवाखाना सुरू करणार, म्हणून डॅडींनाही उत्साह आला आहे. तू म्हणाली होतीस, एका दवाखान्यात दोन डॉक्टर्स कशासाठी? पण आता तूच बघशील, आम्ही दोघं काय करतो ते!''

''अरे— मग मी? तुझ्या नव्या बांधकामात माझ्यासाठी थोडी जागा करून घे. मग आपण एकत्र काम करू...'' मी अजिजीनं म्हणाले. पण त्यांच्या नकाशात मला कुठे जागाच नव्हती.

''सॉरी तेजू, त्या एवढ्याशा जागेत मी व डॅडी दोघंच काम करू शकतो. तिसऱ्याला तिथे जागा नाही.''

तो शांतपणे म्हणाला. मी थिजून गेले. मी त्याच्या मनाविरुद्ध मुंबईत शिक्षण घेत होते, त्याचं उत्तर या रितीनं त्यानं मला दिलं होतं.

''या बुद्धिमान माणसांचं असंच असतं सर. अत्यंत आग्रही व अतिरेकी स्वभाव असतो त्यांचा. मी पुढं शिकू नये तर त्याच्या दवाखान्यात, त्याची सहकारी डॉक्टर म्हणून काम करावं ही त्याची इच्छा होती. सहजीवनाची कल्पना इतकीच मर्यादित होती. पण मी ती समजून घेण्याआधीच लग्न होऊनही गेलं होतं. हळूहळू आता मला सारं समजायला लागलं होतं. पण उशीर झाला होता.

बेळगावात मला भेटलेला प्रशांत वेगळा होता. शिवाय त्याच्या दुराग्रहाला खतपाणी घालणारे आई-वडील जोडीला होते. त्यांना सून हवी होती. पदवीधर, देखणी, घराला शोभणारी, इतकंच. पण तिनं कर्तृत्ववान मात्र असू नये आणि आपल्या मुलापेक्षा तर नाहीच. तिनं कमावण्याची त्यांना गरजच वाटत नव्हती. माझं शिक्षण, डिग्री मिळवण्याची जिद्द, याच्याशी जणू त्यांचा सुतराम संबंध नव्हता, असं घरामधलं वर्तन होतं. ते बघून मी गारठून जात होते. त्या सर्वांचा स्वार्थीपणा बघून मी पार उद्ध्वस्त झाले. पण माझं आता लग्न झालेलं होतं. मी

स्वत:हून प्रेमविवाह केला होता. त्यांच्या सर्व अटी मान्य करून, मी माझं स्वातंत्र्य त्यांना बहाल केलं होतं.

दर शनिवारी पुण्याकडे धाव घेणारी मी, आता हळूहळू कोरडी होत चालले. पुण्यात जायचं? कशासाठी? एखाद्या सावजावर टपून असावा तसा प्रशांत माझ्यावर टपून असायचा. वखवखलेला. शरीराच्या चिंधड्या तर उडायच्याच; पण त्यापेक्षा मनानं मी पार उद्ध्वस्त होऊन जायची. मनानं एकरूप झालेले दोन जीव जेव्हा एकत्र येतात, तेव्हा ती एकरूपता व्यक्त करण्याचं माध्यम म्हणजे शरीर असतं. दोन मनं फुलून आल्यानंतर, शरीर-मनाचं अंतर पार केव्हा होतं, ते समजूच नये, असा प्रीतीचा खेळ रंगावा. पण दर शनिवारी मला जास्तीजास्तीच जाणवत गेलं ते हे की मनानं प्रशांत कधीच दूर गेला आहे. त्या संपूर्ण आठवड्यात त्याला माझी आठवण येतच नसावी. त्याच्या मनात त्याचं नवं हॉस्पिटल आणि त्याचं बांधकाम इतकंच असायचं. त्याच्या मनाविरुद्ध मी मुंबईत शिक्षण घेत होते, ते आव्हान असं त्यानं मानलं होतं. नवं बांधकाम, तिथे माझ्यासाठी जागा नसणं हे सर्व त्याच्या कल्पनेतल्या आव्हानाला त्यानं शोधलेला पर्याय होता. इतका त्याचा स्वभाव कसा बदलला, याचं मला आश्चर्य वाटत होतं. पण खरी चूक माझीच होती. त्याचा स्वभाव असाच होता. पण हे मला आता समजायला लागलं होतं. त्याला स्पर्धेची नेहमीच भीती वाटायची. आपला स्पर्धक नेहमीच पुढं जाईल याचं सतत त्याला भय वाटत असावं. तशात आता मी त्याची पत्नी- त्याच्यापेक्षा जास्ती शिकणार. न जाणो ही पुढं गेली तर? ही त्याची खरी भीती. मग रीतसर माझं खच्चीकरण सुरू झालं होतं. सर्व ताण सोसवतात सर, पण असा जाणूनबुजून दिलेला, मानसिक ताण, खूपच भयानक असतो. इथे तर, तिघं जण, एकत्रितपणे ठरवून सर्व त्रास देत होते. मी सर्वच बारीकसारीक सांगू नाही शकणार. पण तो सारा प्रकारच सुसंस्कृतपणात न बसणारा होता.

''मी एक गोष्ट विचारू?''

ॲडव्होकेट विजयनी तेजस्विनीला म्हटलं.

''विचारा ना सर.'' ती म्हणाली.

''जर डॉ. प्रशांतला, तुमचं पुढचं शिक्षण मान्यच नव्हतं तर तो अट्टाहास तुम्ही का केलात?'' त्यांच्या या प्रश्नानं तेजस्विनी चमकली. पण हसून म्हणाली, ''सर, मुळात मी या मताची आहे की, स्त्रीनं एकच भूमिका सांभाळावी. एक तर गृहिणीची किंवा मग तिच्या कर्तृत्वाची. या दोन्ही भूमिका सांभाळणं सोपंही असतं, पण मग तिचा सहचर समजूतदार हवा. मी स्वत:ला बुद्धिमान वगैरे समजत नाही, पण त्या आई-वडिलांचं एकुलते एक मूल असण्याचं भाग्य ज्या मुलांना मिळालेलं असतं ना, त्या मुलांना कर्तृत्ववान बनावंच लागतं, कर्तृत्ववान असावं लागतं.

कारण मग तो आई-वडिलांच्या प्रतिष्ठेचा प्रश्न असतो. तशी मी एकुलती एक मुलगी. आई-वडिलांनी मी जन्मताच ठरवलं की, ही मुलगी डॉक्टर होणार! म्हणजे मी डॉक्टर होणं हे जन्माला येताच ठरून गेलं होतं. म्हणून मी डॉक्टर झाले. मग शिक्षण पूर्ण करणं ही एक जरुरीची गोष्ट बनली.

सर, आई-वडिलांची एकुलती एक मुलगी आणि एका सुविद्य डॉक्टरची पत्नी इतकंच माझं जग मग उरलं नाही. त्यामधली 'मी', जी सुशिक्षित होते, जिला काही शिक्षणानं जाणीव आली होती, काही स्वप्नं समोर होती, तिलाही काही मत असू शकतं ना? ती एक स्वतंत्र भावभावना असणारी व्यक्ती असू शकते ना? ज्याच्या हाती, मी जीवनाची सारी वाटचाल सोपवली, त्यानंच माझी वाट वेगळी समजून मला अडवावं, माझा कोंडमारा करावा? माझं मन समजूनच घेऊ नये?'' तेजस्विनी आवेशानं बोलत होती. तिचे टप्पोरे डोळे पाण्यानं भरले होते. ''माफ करा सर. स्त्रीला मन असतं अन् ते भावुक असतं. त्या भावुक मनात काही स्वप्नं असतात, हे पुरुषाला कधीच समजत नाही. समजलं तरी, समजलं नाही असं दाखवतो तो.''

आणि खिन्न हसून तेजस्विनी म्हणाली, ''पुरुषालाच का? स्त्रीला तरी ते समजलेलं असतं की नाही कोण जाणे? प्रशांतनं जेव्हा जाणूनबुजून माझा कोंडमारा करायला सुरुवात केली, तेव्हाच मला काय हवं आहे हे समजायला लागलं. मी एक स्त्रीरोगतज्ज्ञ डॉक्टर! पण मला गृहिणीही व्हायचं होतं अन् डॉक्टरही! मजा अशी सर...''

''एक विनंती करू?'' ॲडव्होकेट विजय तिला थांबवत म्हणाले.

''प्लीज, ते 'सर' म्हणणं थांबवाल? तुम्ही 'सर' म्हटलंत की मला इतिहासाच्या पुस्तकामधला 'आठवा हेन्री' आठवतो आहे मघापासून. मला विजय म्हणा. विजय- आपण चांगले मित्र असू शकतो. विश्वासानं बोला. ही 'सर'ची भाषा मधे आडवी येते आहे, असं तुम्हाला नाही वाटत?''

विजयच्या बोलण्यावर ती नाजूक हसली. ती म्हणाली, ''थोडं अवघड जाईल खरं. कारण तुमच्या नावाची जरबच तशी आहे ना! प्रेमावरचा माझा विश्वास प्रशांतनं पार धुळीला मिळवलाय. पण मैत्री? ओऽह! यस. मैत्रीवरचा माझा विश्वास महेंद्रनं दृढ केलाय. खरंच! महेंद्र. तुम्हाला माहिती नाही ना त्याची? आपण तिथवर पोचलोच नाही अजूनी! पण सर... सॉरी विजय...

मैत्रीचा हात तुम्ही पुढं केलाय आणि याचा अर्थच असा की, स्त्री-पुरुषांची निखळ मैत्री तुम्ही समजू शकता. फक्त मैत्री!'' ती तीक्ष्ण नजरेनं बघत होती. त्या नजरेनं विजय गोंधळले. ते विचार करत होते.

त्यांचं त्यांनाच नवल वाटू लागलं होतं. ती तेजस्विनी खरं तर आपली अशील. पण आपण चक्क, तिला मैत्रीचा हात पुढे केला! स्टेला, मार्टिना,

इझाबेला, आभा, रेणू...

या सगळ्यांपेक्षा ही समोर बसलेली स्त्री खूप वेगळी आहे. म्हणून केवळ अशील, इतकाच विचार आपण करत नसू. तर ही स्त्री एक कहाणी आहे. पूर्वी आपल्याला न समजलेली आणि आत्ता थोडी थोडी समजायला लागलेली एक कहाणी.

तिच्या जीवनाची कहाणी... पण नकळत आपल्या समांतर चालणारी. म्हणजेच आपण पूर्वी न समजलेलं खूप समजू लागलो आहोत.

म्हणूनच भेटीची जागा इथे ठरवली.

औपचारिकता दूर ठेवली. हिची कहाणी ऐकताना मनामधील जखम, भरून वाहू लागलीये.

आपल्या स्वतःच्या वागण्यानं आपण जखमी झालो. इतरांना जखमी केलं. हे सारं अंधूक जाणवायला लागलं आहे आता.

ही विचारते तशी मैत्री- निखळ मैत्री- समजली आहे आपल्याला?

आभा!

आभाची मैत्री?

मड-आयलँडवर घालवलेल्या अनेक रात्री!

ते मनाचं एकरूप होणं होतं की केवळ अधिकार गाजवणं?

त्या निखळ मैत्रीला पती-पत्नीचं नातं लाभलं नव्हतं, म्हणून हट्टानं ते नातं मैत्रीत बदललं होतं...

त्यात मनाचा भाग किती? शरीराची ओढ अधिक की अधिकाराची लालसा अधिक? बुद्धीचा अहंकार किती? आव्हान, जिद्द किती?

तेजस्विनी आणि महेंद्रची मैत्री आहे. निखळ असू शकेल? स्त्री-पुरुष मैत्रीचा नेमका अर्थ कोणता?

तेजस्विनी बोलत होती. ते ऐकता ऐकता विजय विचार करत होते.

"प्रशांतच्या स्वभावाची मला पूर्ण कल्पना आली, तेव्हा मी पार हतबल झाले."

"हतबल?"

"होय. माझं शिक्षण संपलं आणि मी पुण्यात परतले. पण त्या परतण्यात उत्साह नव्हताच. मुंबईची धावपळ, अभ्यास संपला, यामुळे सुटका वाटत होती; पण मनावर भीतीचं सावट होतं. आपल्याच घरात असुरक्षित वाटणं, याच्याइतकं भयानक दुसरं काहीच नाही. पुण्यात जाऊन मी काय करणार होते? घेतलेल्या शिक्षणाचा उपयोग काय होणार होता, याचा अंदाजच लागत नव्हता. तशात माझ्या लक्षात आलं की, मी आई होणार आहे. आपण बाप होणार याचा आनंद पुरुषाला

होतच असतो. पण प्रशांतचा आनंद वेगळा होता. तो आनंद आसुरी होता. तो छद्मीपणानं म्हणाला,

"छान झालं; घेतलेल्या शिक्षणाचा उपयोग होईल. शिक्षण पूर्ण झाल्यावर, पुढं काय करायचं हा प्रश्न तुला आता उरणार नाही. एक खेळणं मिळालं तुला!"

"होय बाई, ज्यांची मुलं त्यांनीच सांभाळावी. माझ्या हातून काय होणार आता? कौतुकानं नातवंडाला खेळवणं वेगळं आणि जबाबदारी घेणं वेगळं!" सासूबाईंनी प्रशांतचा सूर ओढला; जबाबदारी झटकली.

"आणि गरजच काय तिनं काही करण्याची? घरात दोन कमावते पुरुष आहेत. डॉक्टर आहेत दोघं!"

डॅडींनी निर्णय सांगून टाकला. मीही एक डॉक्टर होते, हे ते सोईस्करपणे विसरले होते.

—मला मूल हवं होतं, पण आपल्याला मूल केव्हा व्हावं हे सांगण्याचा अधिकार स्त्रीला नसावा? माझं शिक्षण नुकतंच पूर्ण झालं होतं. डॅडी, प्रशांत यांच्या वास्तूत माझ्या दवाखान्याला जागा नव्हती. नोकरी करण्याखेरीज समोर पर्याय नव्हता आणि तशात मी आई होणार होते! एका अवघड कोंडीत मी सापडले होते. त्या रात्री मी प्रशांतला म्हणाले,

"प्रशांत, लग्न करून, दोघांनी एकत्र काम करायचं असं आपण लग्नापूर्वी बोलत असू. आठवतं? कधीतरी मूल होणारच आहे, हे गृहीत धरूनच आपण त्या वेळी बोलत असू. पण आज मी काही करूच नये या निर्णयापर्यंत तू पोचावंस! अरे, मी एक डॉक्टर! केवळ एक मूल वाढवत मी उरलेला सारा जन्म काढावा, असं तुला वाटतंच कसं? तुझे आई, डॅडी मला समजू शकत नाहीत. निदान तू? तू तरी अलीकडे असा बदलून कसा गेलास? तूच असा विचार केलास, तर मी कसे निर्णय घेणार? सांग ना!"

"तुझा निर्णय तू घेऊ शकतेस." तुटकपणे तो म्हणाला. पण मी त्याचाच निर्णय मानावा ही त्याची इच्छा होती, हे मी जाणूनच होते. नाही त्या मनस्तापाला सामोरं जाण्याची तयारी असेल, तरच मी त्या निर्णयाला पोचायला हवं आहे, हे त्या सर्वांच्या तुटक वागण्यानं मला समजून चुकलं होतं. आशूचा जन्म झाला. मी माहेरी आले होते. सर्व विचारांचा परिणाम माझ्या प्रकृतीवर झाला होता. आशू एक वर्षाची होईपर्यंत मी माहेरी होते. एक वर्षानंतर घरी परत आले; पण माझ्या येण्याचं कौतुक कुणालाही नव्हतं. आशूचंही नव्हतं. तिचा जन्म, माझं घरी परत येणं न येणं, याच्याशी त्यांचा संबंधच नव्हता. प्रशांत आणि डॅडी यांचा दवाखाना सुरू झाला होता.

"प्रशांत, तू मला दवाखाना सुरू झाल्याचं कळवलं नाहीस?" मी विचारलं.

''कळवायचं काय? येणारच होतीस?''

''पण आत्ता आलेय ना?''

''चल, पाहायचा असेल तर.''

त्या बोलावण्यात आग्रह नव्हता. माझ्या येण्याचा आनंद नव्हता. मुलीचं कौतुक नव्हतं.

माणूस इतका कसा बदलू शकतो? प्रसंगांनी, परिस्थितीनं माणूस बदलत असेल, कदाचित... पण केवळ सुडापायी माणूस इतका बदलू शकतो, हा धक्का मला नवीन होता. मी डिग्री मिळवलेली एक फॅशनेबल डॉक्टर असावं... केवळ पदवीधर- इतकी अपेक्षा मी बाळगावी. माझं स्वतंत्र अस्तित्वच, त्या घरातल्या माणसांनी नाकारलं. ज्याच्यावर मी प्रेम केलं, तो प्रशांत एक डॉक्टर- त्यानं माझी उपेक्षा चालवली होती. मी गोंधळून गेले होते; संज्ञा बधिर झाल्या होत्या.

आशू दोन वर्षांची झाली आणि मला ससूनमध्ये नोकरी मिळाली. त्या सर्वांच्या मनाविरुद्ध मी नोकरी करणं हे धाडसाचं होतं आणि मनस्तापाचंही! पण घरात नुसतं बसणं हे जास्ती मनस्तापाचं होतं. माझं व्यक्तिमत्त्व चिरडण्याचा जो प्रयत्न त्या तिघांनी मिळून सुरू ठेवला होता, त्याचा मनस्ताप जास्ती होत होता. मी ताकद गोळा करून उभं राहण्याचं ठरवलं. मी एकटी आणि ते तिघं - असा सामना सुरू होणार होता.

''या अशा परिस्थितीत, खरंतर तुम्हीच घटस्फोट घ्यायला हवा होता. तिथे राहायला नको होतं. का सोसलंत?'' ॲडव्होकेट विजयनी विचारलं.

तेजस्विनी संथपणे म्हणाली, ''नाही विजय, स्त्री हे धाडस करू शकत नाही. तिला घर हवं असतं. सुरक्षित भावना देणारं घर. बाहेरच्या वणव्यापेक्षा हे घर तिला आधाराचं वाटत असतं. संसार एकदा मांडला की, निभावता आला पाहिजे. कारण आता प्रश्न आमचा दोघांचा नव्हता, तर आशूचाही होता. याच विचारानं मी आजदेखील धास्तावले आहे. तुमच्याकडे धाव घेतली, ती याच कारणानं. मी तर पुरेपूर भोगतेय सर्व. पण आशूला भोगावं लागू नये, असं वाटतं. मी त्या घरात धीरानं दिवस काढत होते. कारण प्रशांतच्या चांगुलपणावर माझा विश्वास होता. त्या चांगल्या गुणांचा अनुभव मी बेळगावमध्ये चार वर्षं घेतला होता. तो अनुभव इतका फसवा असणार नव्हता. कधी ना कधी मला खरा प्रशांत पुन्हा भेटेल, या आशेवर मी वाट पाहत होते. संसार मोडावा, असं माझ्या मनात चुकूनही येत नव्हतं. प्रेम मी केलं होतं. प्रेम केवळ गुणांवर करत नसतो आपण... तर दोषांवरही प्रेम करता आलं पाहिजे ना?

तेजस्विनी बोलत होती. विजय ऐकत होते.

या मुलीनं, त्यांच्या काळजामधल्या प्रश्नांनाच हात घातला होता. ती तेजस्विनी

नव्हतीच; रेणूच बोलत होती. तिनंही लहानपणापासून आपल्यावर प्रेमच केलं. गुणांवर तसं दोषांवरही. तिचा कोणताही अपराध नसताना आपण तिला अकारण जो मनस्ताप दिला तो चूपचाप सोसणारी, चांगल्या बदलांची वाट पाहणारी, रेणूच जणू समोर बसून मन उकलत होती. त्यांना विचारात हरवलेलं पाहून तेजस्विनीच थांबून म्हणाली,

"कंटाळलात का?"

"ओ नो. नॉट ॲट ऑल. बोला ना." ते म्हणाले.

"शिवाय प्रशांत मूळचा चांगला आहे. हा सारा त्याच्या आई-वडिलांच्या सहवासाचा, प्रलोभनाचा त्याच्यावर झालेला परिणाम होता. त्यांना दुखवून प्रशांतला चालणार नव्हतं. त्याचे आई-वडीलही किती स्वार्थी पाहा ना! आपला मुलगा आणि सून एकत्र काम करायला लागले, तर त्यांचं महत्त्व कमी होईल, ही भीती त्यांना वाटत होती. प्रशांतला ते दूर होऊ देणार नव्हते, याचं कारण त्यांचा पैसा! त्यांना खूश ठेवलं तर विनासायास तो पैसा प्रशांतला मिळणार होता. मग कष्ट करायची गरजच पडणार नव्हती. अनायासे दवाखाना मिळाला होता. वडिलांचे मोठे धनाढ्य पेशंट्स मिळणार होते. त्या तेवढ्याच यशानं तो तृप्त होता. त्याच्यामधली जिद्द संपली होती. मला दुःख त्यांचं नव्हतं. मला दुःख होतं की, मी त्याला ओळखू शकले नव्हते. जाणूनबुजून माझा जो पाणउतारा त्या घरात सुरू होता, तो विलक्षण तापदायक होता. मी ससूनमध्ये जायला लागले. पुण्यातल्या आणखी एका हॉस्पिटलमध्ये काम करत होते; स्त्रीरोगतज्ज्ञ म्हणून नाव मिळालं होतं. डॉक्टरांच्या वर्तुळात कौतुकानं माझं नाव घेतलं जात होतं. पण मी, माझी मुलगी, माझं कर्तृत्व साऱ्यांचा, त्या घराशी संबंधच उरला नव्हता. एक विलक्षण एकटेपणा मला जाणवत होता. या संघर्षात फार मोठी शक्ती पणाला लावून मी उभी होते. रात्री-अपरात्री रडणाऱ्या आशूला एकटं टाकून पेशंटसाठी धावताना जीव कासावीस व्हायचा. एका तिठ्यावर मी उभी होते. केवळ गृहिणी? केवळ माता की केवळ डॉक्टर की या साऱ्यांना सामावून घेणारी व्यक्ती? या द्वंद्वात असतानाच अमेरिकेला जाण्याची संधी आली."

"अमेरिका?"

"हो, माझी एक पेशंट वृंदा प्रकृतीनं नाजूक होती आणि मुलीचा जन्म झाल्यावर लगेच तिच्यावर वैधव्याची कुऱ्हाड कोसळली होती. ती वृंदा चट्टोपाध्याय आणि महेंद्र तिचाच भाऊ.

यांच्यामुळे मी अमेरिकेला जाऊन आले. या मुलीची केस नाजूक होती. 'केवळ तुम्ही होता म्हणूनच बाळंतपण नीटपणे पार पडलं.' असं वृंदाचे आई-वडील म्हणायचे.

'खरंच डॉक्टर. तुम्ही होता म्हणून वैधव्याचं दु:ख दीदी सोसू शकली. तुम्ही तिला पुनर्जन्म दिलात.' महेंद्र म्हणायचा.

हे सारं चट्टोपाध्याय कुटुंब खूप प्रेमळ आहे; माणसांचं लोभी आहे. माझ्यासाठी ते चौघं जण जीव टाकायचे नुसते. त्यांच्या रूपानं मला एक घर मिळालं. त्यांच्या घरी जाणंयेणं वाढलं. दुर्गापूजेला, सणासुदीला ते माझी वाट पाहायचे. आशूवर त्यांचा जीव जडला. वृंदा, वृंदाची लहान मुलगी, आई-वडील यांचा आशूला लळा लागला. कुठे जाता-येताना तीन-चार वर्षांच्या आशूला मी तिथे ठेवून जायला लागले आणि हो विजय, महेंद्र माझा चांगला मित्र बनला. मी न सांगताही, त्याला माझं दु:ख समजलं होतं; पण त्याचा उच्चारही न करता, हळुवारपणे तो मला जपत होता. एखाद्या शीतल हवेचा झोका यावा, तसं चट्टोपाध्याय कुटुंब आणि महेंद्रची मैत्री माझ्या जीवनात आली होती. माझं जगणं त्याच्या सोबतीनं सुसह्य होत होतं. मला कोणताही त्रास होऊ नये, यासाठी सारेच चट्टोपाध्याय कुटुंब जीव पाखडत होतं. महेंद्र माझा चांगला मित्र बनला.

"फक्त मैत्री?" विजयनी विचारलं.

"हो फक्त मैत्री! त्या मैत्रीमधले रेशीमबंध, तशीच नाजूक अशी सीमारेषा हे सारं न बोलताच आम्ही पाळत होतो. कुणीतरी सोबत आहे व ती सोबत एका जाणिवेतून वाटचाल करत आहे ही भावना विलक्षण आहे. शेवटी प्रेम, मैत्री या सर्व समजून घेण्याच्या अन् जपण्याच्याच गोष्टी आहेत ना?"

हे ऐकून विजय फक्त हसले.

प्रेम आणि मैत्री, दोन्ही आपल्याला कुठे समजलं आहे? रेणूचं प्रेम, आभाची मैत्री, या द्वंद्वातच आपण अडकून आहोत. दोन्ही बाजू नीट न समजताही, तज्ज्ञ वकिलाचा आव आणून, आपण या तेजस्विनीची कहाणी ऐकतो आहोत. या मुलीनं जीवनाचा किती प्रौढपणानं विचार केला आहे! प्रत्येक गोष्टीचा खोलवर तळ तिनं शोधला आहे. रेणू आणि आभा यांच्या द्वंद्वात झेलपटणाऱ्या आपल्यासमोर ही डॉ. तेजस्विनी कशी अचूकपणे उभी आहे! प्रश्न तिचा आहे पण उत्तरं आपल्याला मिळत आहेत. आजवर मनाचा तळ कधी शोधावा असं वाटलंच नव्हतं. हिची कहाणी ऐकता-ऐकताच अहंकाराची पुटं जणू गळून पडत आहेत. मनावर साठलेली असंख्य जळमटं झटकून निघाली आहेत. एका आरशावरची धूळ निघून, प्रतिबिंब उजळून निघावं, असंच होतं आहे!

तेजस्विनी बोलत होती. विजय ऐकत होते. "माझी मैत्री वाढत चालली, तसतसं प्रशांतचं वागणं बेबंद होत चाललं. आशूला घेऊन एकदा मी निघाले तेव्हा तो म्हणाला, 'तू त्याच्या घरीच का राहत नाहीस?'

'राहीनही वेळ आली तर-' मी म्हणाले.

‘राहशीलच की! तो भेटला आहे ना? नाइट ड्यूटीवर जातेस की कुठे, ते तुलाच ठाऊक!’

‘प्रशांत इतकं खालच्या दर्जावर जाऊ नकोस. हे सारं टाळता आलं असतं. पण तू माझं अस्तित्वच नाकारलंस! मला संपवण्याचा प्रयत्न केलास. तरी मी उभी आहे, याचा तुला राग आहे. तुझ्या दवाखान्यात मला काम करायचं होतं खरंतर.’

‘काय गरज आहे तुला नोकरी करण्याची? मी कमावतो आहे. सुखानं राहू शकली असतीस. पण या घरात तुला अशी मजा करता आली नसती.’ तो छद्मीपणानं म्हणाला. डोळे सुडानं पेटले होते. अलीकडे तो व्यसनात गुरफटत चालला होता. त्यानं मनस्ताप देऊनही मी उभी होते याचा तो संताप होता. स्वत:वरचा राग होता. पण ते शब्द सहन न होऊन, मी म्हणाले,

‘शब्द मागे घे प्रशांत. स्त्री इतकी विकाऊ वस्तू नव्हे. जाऊ दे. मैत्री, प्रेम सारं तुला समजण्यापलीकडे आहे. पुन्हा हे घाणेरडे शब्द उच्चारू नको.’

हे शब्द ऐकताच मनावर चाबकाचा फटकारा बसावा, तसे विजय सुन्न झाले. चारित्र्यावर पतीनंच संशय घेणं, हे स्त्री सहन करू शकत नाही. त्या वेळी स्त्री धरतीसारखी थरथरून कशी उठते याची आठवण त्यांना झाली.

तेजस्विनी काय आणि रेणू काय? सर्वच स्त्रियांची जडणघडण, मनोव्यथा किती सारखी असते!

‘तू मला, एका डॉक्टरला मागणी घातली होतीस. नाहीतर साधी मुलगी बघून लग्न करायचं होतंस! लग्नाआधी का एवढं नाटक केलंस? आणि आता असा बदलून गेलास?’ असे संवाद नेहमीच घडायला लागले. सारं घर ज्वालामुखीच्या टोकावर असल्यासारखं सतत धगधगत असायचं आणि याच वेळी वृंदाच्या हार्ट सर्जरीसाठी अमेरिकेला जायचं ठरलं.

‘डॉक्टर, तुम्ही सोबत असाल तरच मी जाणार. नाहीतर जे माझं व्हायचं ते होऊ दे.’

“—ऑपरेशनचं ऐकताच वृंदाचा हट्ट सुरू झाला. खरंतर मी एक स्त्रीरोगतज्ज्ञ होते. पण वृंदाला अमेरिकेमधल्या ऑपरेशनसाठी मी बरोबर यायला हवं होतं. मला घर सोडणं किती अवघड होतं! आशूला मी कुठे ठेवणार होते? घर जपायचं की वृंदाचं जीवन? खरंतर ते ऑपरेशन भारतातही होऊ शकत होतं. पण वृंदा इतकी नाजूक होती की, मला काही सल्ला देणं अवघड होतं. शेवटी मी होकार दिला. तो देताना ज्या दिव्याला मी तोंड देणार होते, त्याची महेंद्रला पूर्ण कल्पना होती. माझ्या होकारानं तो भारावून गेला होता. त्याच्या बहिणीसाठी मी घरादाराला पारखी झाले होते, याची त्याला जाणीव होती. आशूला चट्टोपाध्याय कुटुंबाकडे सोपवून मी वृंदा व महेंद्रसोबत अमेरिकेला गेले. वृंदा तर बरी झालीच; पण महेंद्र, त्याचं

मर्यादशील वागणं, मला जपणं यानं पुरुषांच्या स्वभावाचं वेगळं दर्शन मला झालं. मी सावरत होते.''

''एक विचारू? त्या वास्तव्यात तुम्ही सतत एकत्र होता. काहीच घडलं नाही? निव्वळ मैत्री? कसं शक्य आहे? माफ करा. हा प्रश्न मी विचारू नये. पण एक कुतूहल म्हणूनच...'' विजयनी विचारलं.

विजयना आश्चर्य वाटत होतं. आभा आणि विजय आणि अलीकडे मनात येणारी शंका... रेणू आणि रघू... निव्वळ मैत्री? असू शकेल?

''का शक्य नाही?'' तेजस्विनी आवेशानं म्हणाली.

''सर, शरीर हे केवळ माध्यम आहे, भावना व्यक्त करण्याचं. पण खरंतर प्रेम हे अव्यक्तच असतं. असावं. इतकं ते नाजूक स्पंदन आहे दोन मनांचं की व्यक्त झालं तरी त्या धक्क्यानंच ते संपेल. आता मला वाटतं की, प्रशांतचं प्रेम जे मी अनुभवलं होतं, ते थ्रिल होतं. पण मैत्रीचा सुरेख अनुभव मी अमेरिकेत महेंद्रच्या सहवासात घेतला. ती अमेरिका, जी भोगलोलुप समजतो आपण, पण भोगवादी जीवनाच्या जोडीनंच मी अनुभवलंय अव्यक्त प्रेम! भावनेचं प्रेम मग अधिकार गाजवत नाही, तर ते प्रेम भावना जपतं. भावनांना खतपाणी घालतं.''

विजय आणि तेजस्विनी दोघंही विचारात हरवले होते. तेजस्विनीला अमेरिकेमधला तो प्रसंग आठवत होता.

त्या दिवशी महेंद्र आणि ती भारतात परत येण्याच्या तयारीनं खरेदी करत दिवसभर भटकले होते. सारी पार्सलं सावरत, एका कॅफेत बसून ती दोघं कॉफी घेत होते.

''चला, इतकं आल्यासारखी वृंदा बरी होते आहे, ही समाधानाची गोष्ट आहे.'' तेजस्विनी मनापासून म्हणाली.

''तेजू, तुम्ही सोबत होतात म्हणून वृंदाला इथं सर्जरीसाठी आणायचं धाडस मी केलं. तुम्ही हे धाडस केलंत येण्याचं, म्हणून सारं निभावून गेलं. माझी बहीण वाचली. आई-वडिलांची काळजी दूर झाली.''

महेंद्र भारावला होता. त्याची बहीण त्याला प्राणापेक्षा प्रिय होती आणि तिला मृत्यूच्या दारातून ओढून आणण्याचं काम डॉक्टर तेजस्विनीनं केलं होतं. तिची फी, कामाचा मोबदला तिनं मागितला नव्हता, विचारला नव्हता. तरी तिला मुंबईत हॉस्पिटल उघडून देण्याचा निर्णय चट्टोपाध्याय कुटुंबानं केव्हाच घेतला होता. दोघं आपापल्या विचारात मग्न होते.

''तेजस्विनी इथून गेल्यानंतर...''

''इथून गेल्यानंतर जे रामायण घडेल, ते मी सोसणार आहे धीरानं.'' महेंद्रचं वाक्य तोडत तेजस्विनी म्हणाली. ''कदाचित गृहत्याग, कदाचित वनवास, कदाचित

धरतीत विलीन होणं...'' ती उदासपणे म्हणाली.

''धरतीत विलीन का व्हायचं? धरतीवर घट्ट पाय रोवून उभं राहताही येईल.'' महेंद्र आवेशानं म्हणाला. ''पण तेजस्विनी, खरं सांगा, माझ्याबरोबर येताना, इथे राहताना भीती नाही वाटली तुम्हाला? इतका विश्वास कुठून आला?'' त्यानं विचारलं.

ती हसून म्हणाली होती, ''खरं सांगू महेंद्र, जिवापलीकडे प्रेम आहे माझं प्रशांतवर. जगामधल्या साऱ्या सुखांची गोडी त्यानंच मला दाखवायची होती; पण तसं घडलं नाही. त्यानं जे मला दाखवलं, ते फक्त हिणकस होतं, ते सुख ओरबाडणं होतं. भोगणं नव्हतं. किळस आली मला त्या प्रकाराची. महेंद्र, ज्या क्षणी पुरुषाला स्त्रीच्या सर्जनशील गुणाची ओळख प्रथम झाली असेल, त्या क्षणी आदिमानव हर्षभरित झालाच असेल. पण क्षणभरच.

पण ज्या क्षणी, त्याला आपल्यापेक्षा जास्त सरस असा स्त्रीचा हा गुण पूर्णांशानं समजला असेल, त्या क्षणी तो नक्कीच मनातून तिची भीती बाळगायला लागला असेल आणि त्यानंतर तिला जखडून ठेवण्याचं एक साधन गवसल्याचा आसुरी आनंदही त्याला मिळाला असेल. स्त्री प्रचंड शक्तिशाली आहे. तिच्या पायात एक लवचीक साखळदंड आहे. जिथे ती अगतिक आहे, ते आहे तिचं मातृत्व. ते मातृत्व लादलं गेलं महेंद्र माझ्यावर! ते मातृत्व ही माझ्या पायात जाणूनबुजून अडकवलेली एक बेडी आहे, हे मला समजत होतं. तरीसुद्धा त्याविरुद्ध मी तक्रार करत नव्हते. सुशिक्षित स्त्री असून मी सोसत गेले...

कदाचित सारे संसार असेच असतील. कदाचित... अनेक संसारांत प्रत्येक दिवस आणि रात्र शेवटपर्यंत स्वप्निलच असेल. हा ज्याचा त्याचा अनुभव आणि प्राक्तन असावं... बरंचसं.

आणि या भयानक अनुभवांच्या दाहातून जे हाती येतं, ते मूल...

किती निरागस असतं ते मूल! त्याचं या जगात येणं... त्याचं पहिलं रडणं, पहिलं हसणं! ते निरागस हसणं असतं परमेश्वराचं! माझ्याकडे बघून त्याला आलेलं हसू, त्यानं किती सुंदर रितीनं निर्माण केले आहेत हे सारे भावबंध! स्त्री-पुरुषाचं हे नातं! ज्यांच्या हाती विश्वासानं या जगाचं सारं भवितव्य परमेश्वरानं सोपवलं ते स्त्री-पुरुष केवळ अहंकारानं, अधिकारानं, वासनेनं बटबटून ते क्षण ओरबाडताना बघून परमेश्वर हसत असेल माणसाला मनातून. तेसुद्धा त्याच्याच मुलाच्या रूपानं... तरीही मला माझी आशू प्रिय आहे. तिचा जन्म हा त्या साऱ्या भग्न मन:स्थितीवर नियतीनं मला दिलेला उ:शाप आहे असं वाटतं. फड्या निवडुंगावर लालचुटूक फूल यावं तसं. तशी आहे माझी आशू. नाजूक. पण वेदनांची साक्षी!

म्हणून सांगते महेंद्र, तुझी मैत्री मला फार प्रिय आहे. तुझ्याशी झालेल्या मैत्रीनं एक दिलासा मिळाला. प्रत्येक जीव मनातून एक ठिकाण शोधत असतो. की जिथे मनाची शांती मिळू शकेल. एक नि:स्वार्थी सोबत, एक नितळ स्नेह. त्यासाठीच तर वणवण सारी. शेवटी काय हवं असतं? तर मानसिक शांती. ती मला तुझ्या मैत्रीमधून मिळाली. मनाच्या साऱ्या अस्वस्थतेवर उतारा देणारा, तो आधार तू दिलास ना महेंद्र. मी एक स्वतंत्र व्यक्ती म्हणून समाजात वावरतेय; पण मी एक स्त्री आहे. वखवखत्या नजरा मलाही जाळत असतात. पण त्यांची धग माझ्यापर्यंत पोचत नाही. असे रोमिओ शेकड्यांनी भेटतात. स्पर्शामधून, शब्दांतून, नजरेतून आगच आग असते. वासनेची धगधगती आग. त्या आगीतच उभ्या असतो आम्ही. आपण सत्त्वशील असू तर ती अग्निदेवताच रक्षण करते. पण केवळ वाईट अनुभवच येतात असेही नाही. जीवन म्हणजे चांगल्या-वाईट अनुभवांची मालिकाच असते जणू. कारण प्रत्येक व्यक्ती ही एक वेगळा अनुभव असतो. हा प्रशांतच बघ ना! माझ्या बाबतीत असं टोकाला जाऊन कठोरपणे वागतो आहे. मनस्ताप देण्याची एक संधीही तो सोडत नाही. पण तोच प्रशांत इतरांशी चांगलं वागत असेल, तर आपल्याला येणारा कटू अनुभव, हे आपले दुर्दैव, असं वाटतं मला अलीकडे... या अनुभवांचं आता काही वाटेनासं झालंय खरं! कारण, जिच्या नजरेत उत्तुंग हिमालय आहे तिला या टेकड्या, वळणाचं भयच नाही. महेंद्र तू भेटलास. तुझी मैत्री उत्तुंग हिमालयासारखी आहे.

स्त्री-पुरुष मैत्रीत हा उत्तुंगपणा फार थोड्या भाग्यवंतांना मिळवता येतो. तो मिळवता येणं हेच खरं ना? नाहीतर आधीचा मनस्ताप काय कमी होता?''

तेजस्विनी बोलता बोलता थांबली होती. महेंद्रवर तिचा अपार विश्वास होता आणि तो तिचा विश्वास महेंद्रनं आजवर जपला होता.

''निव्वळ मैत्री? असू शकेल?'' ॲडव्होकेट विजयच्या प्रश्नानंतर तेजस्विनीला अमेरिकेमधलं महेंद्रचं व तिचं बोलणं आठवत होतं.

''जाऊ दे विजय...

मी भारतात परत आले. सर्वत्र माझं कौतुक होत होतं आणि घरात सुडाचा वणवा पेटला होता. पेटत्या पालित्यासारखे प्रशांतचे शब्द आणि नजर मला भाजून काढत होती. घरी राहणं अशक्य झालं, तेव्हाच मी घर सोडलं. पदरात आशू होती. पण मुंबईत जम बसवला. फार फार मदत केली सर्वांनी. फार जपलं चट्टोपाध्याय कुटुंबानं आणि आता दोन वर्षांनी हा प्रस्ताव पाठवलाय प्रशांतनं. घटस्फोटाचा हा प्रस्ताव मला मान्य नाही, म्हणून तर तुमच्याकडे आले आहे. खरंतर घटस्फोटानं तो सुखी होणार नाही, हे त्यालाही माहिती आहे.

माझी व महेंद्रची मैत्री काय आहे हे पण तो जाणून आहे.

पण मी आता स्थिरावतेय, याचं शल्य मनातून खुपतं आहे. आणि त्याचा उद्वेग म्हणजे हा प्रस्ताव. या माझ्या मुलीवर प्रशांतचं थोडंदेखील प्रेम नाही. तरीदेखील आज त्याला मुलगी हवी आहे, केवळ मला दुःख देण्यासाठी.

माणूस इतका क्रूर कसा होऊ शकतो? आणि यातून मार्ग कसा काढायचा? हा तिढा कसा सोडवायचा?''

तिचे डोळे भरून आले होते.

सांगण्याच्या श्रमानं ती थकून गेली होती.

समोर बसलेल्या त्या प्रश्नचिन्हाकडे विजय डोळे भरून बघत होते. स्त्री नव्हे, स्त्रीचं मन त्यांना समजायला लागलं होतं.

थोडा वेळ कुणीच बोललं नाही. नंतर विजय म्हणाले,

''तेजस्विनी, प्रशांतनं पाठवलेला घटस्फोटाचा प्रस्ताव, हा एक पर्याय आहे. मनस्तापामधून सुटण्याचा. मग दूर का पळता आहात त्यापासून? पुन्हा त्या बंधनात जखडण्यासाठी?''

विजयनं विचारलं. खिन्न हसून तेजस्विनी म्हणाली, ''खरं आहे. केवळ मनस्ताप होतो म्हणून संसार मोडायचा? तो पुण्यात आणि मी मुंबईत. असे राहू शकतो, जसे दोन वर्षं राहिलो? कुणाचाच कुणाला मनस्ताप होणार नाही, असं वागू शकतो ना आम्ही? मग लग्न मोडण्याचा त्याचा अट्टाहास का?

तर यात आसुरी आनंद मिळणार आहे. त्याच्या आई-वडिलांना मला मनस्ताप देण्याचा आनंद. माझी मुलगी हिरावून घेण्याचा आनंद.'तेजस्विनी म्हणाली.

''पण तो त्यांचा आनंद तात्कालिकच असणार आहे. मोडतोडीचा आनंद क्षणकालच टिकतो. जोडण्याचा आनंद मात्र शेवटपर्यंत राहतो. शिवाय तेजस्विनी तुम्ही डॉक्टर आहात. कशासाठी हे मोडकं ओझं बाळगत जगायचं? भावनांचं ओझं? ते फेकून झळझळीतपणानं नवं जीवन स्वीकारता येण्याची संधी समोर असताना हा बचाव कशासाठी? तुम्ही मान्यता दिली नाहीत, तर घटस्फोट होणारच नाही. ही पोखरलेली माणसं कुठवर टिकणार? मनस्ताप देतीलही. जरूर.'' विजय म्हणाले.

तेजस्विनी हसून म्हणाली, ''नवं जीवन! विजय स्त्रीनं ठरवलं तर आपल्या लाघवानं ती जगातले सारे पुरुष पायाशी लोळवू शकते. तिच्या त्या साऱ्या शक्तीसह बनलेली मीही एक स्त्रीच आहे. या शरीर मनाची नसन्नस मला परिचित आहे. निर्लज्जच बनायचं ठरवलं, तर स्त्री पुरुषाला लाजवू शकेल. पण हा पिंड भारतीय स्त्रीचा नव्हेच. 'तू नहीं, तो और सही' असं म्हणून, आव्हान देणाऱ्या किती जणी? तर हाताच्या बोटावर मोजता येतील इतक्याच. बाकीच्या इतर साऱ्या

माझ्यासारख्या सुशिक्षित, कर्तृत्ववान पण परंपरा मानणाऱ्याच जास्ती...''

विजय ऐकत होते. पाहत होते.

'डॉ. तेजस्विनी मेहेंदळे' पांढऱ्या कागदावरची मरून अक्षरं. प्रत्येक अक्षरामागचं मोठं प्रश्नचिन्ह आता स्पष्ट झालं होतं. हळुवारपणे ते म्हणाले,

"काळजी करू नका. सारं माझ्यावर सोपवा आणि निश्चिंत राहा. निघेलच काही मार्ग!''

"थँक्यू विजय, थँक्स सो मच. मी परमेश्वराला मानते. आजवर त्यानंच जपलं आहे मला. मुळात मी खूप भित्री आहे. वाळलं पान अंगावर पडलं, तरी आभाळ कोसळलं असं समजून सैरावैरा धावणाऱ्या भित्र्या सशासारखी! पण गेंड्याचं कातडं पांघरून, फिरावं लागतं स्त्रीला परिस्थितीनं! तुमच्यासारखा आधार भेटला, की मनात लपलेला भित्रा ससा, निवांत होतो जरासा. निघू या?''

खरंच! शेवटचं ठिकाण कोणतं, याची जाणीव नसतानाच माणसाचा प्रवास सुरू असतो का? गाडी संथपणे जात होती. ती दोघं विचार करत होती.

◆

११

डॉ. तेजस्विनीला तिच्या घरापाशी सोडून विजय आपल्या बंगल्यापाशी पोचले.

"घरी येता?''

तेजस्विनीनं विचारलं होतं. त्या बदामी डोळ्यांनीच विजयना आज वेगळी दृष्टी दिली होती. विचारांना एक संथ लय आली होती.

"आज नको. पण निश्चितच येईन, ज्या वेळी साऱ्या प्रश्नांचे पूर्णविराम झाले असतील.'' विजय म्हणाले.

आज त्यांना शांतता हवी वाटत होती.

"तुम्ही किती बहुमोल वेळ दिलात मला तुमचा! मला समजत नाही की या सर्वांची परतफेड मी कशी करणार आहे? पैशानं परतफेड होत नसते. पैशानं होतो तो व्यवहार! आणि खरं सांगू विजय? एकाकी स्त्रीकडे जग फक्त व्यवहाराच्या दृष्टीनं बघतं. पैशानं विकत घ्यायला बघतं तिला. तिला समजून घेणारे फार थोडे जण असतात. पण मी भाग्यवान आहे. माझे सहकारी डॉक्टर्स, महेंद्र आणि आता तुम्ही, साऱ्यांनीच मला समजून घेतलं.''

ती हळुवार बोलत होती. नीरव शांततेत तिचे मंद आवाजामधले शब्द मिसळत होते.

"कुणी कुणाला किती दिलं आहे आज, हे तुम्हाला कसं सांगू? खरंच, तेजस्विनी तुमची कहाणी ऐकून मी अंतर्मुख झालो आहे. जीवनाचा वेगळा अर्थ आज तुम्ही मला दिला आहात. आपणच निर्माण केलेल्या कल्पनेच्या वारुळात माणूस शिरून बसतो. तो बाहेर निघत नाही. कुणीतरी धक्का देऊन, ते वारूळ हलवावं लागतं. ते तुम्ही आज केलंत.''

"म्हणजे?''

"सांगेन कधीतरी! एका कहाणीतून सुरू झालेला गुंता नकळत दुसऱ्या कहाणीत उकलेल असं वाटतं खरं!''

गाडीच्या त्या पाठमोऱ्या दिव्यांकडे तेजस्विनी बघत होती.

रविवारची सकाळ असूनही, विजय लवकर उठले होते. गणपत, सारजा कुणाचीही जाग नव्हती. पहाटेचा थंड गारवा साऱ्या परिसराला व्यापून उरला होता. बंगल्याचं दार उघडून विजय बागेत आले. रिकामा झोपाळा मंदपणे हेलकावत होता. चंद्रकोर कलत्या बाजूकडे झुकली होती. आज कितीतरी दिवसांनी हा पहाटवारा विजयना भेटला होता. काल रात्री तेजस्विनीला तिच्या घरी पोचवून, घरी परतल्यापासून विजयना काही वेगळंच जाणवत होतं. काल रात्री मद्य घ्यावं असं वाटलं नव्हतं. अंथरुणावर अंग टाकल्यानंतर जीवनात भेटलेल्या अनेक स्त्रीरूपांचे आविष्कार नजरेसमोर उभे होते. मनात अनेक आठवणींची घुसळण सुरू होती.

कोकणातल्या लक्ष्मीकाकू, माई, मामी, रेणू, आभा, स्टेला, इझाबेला, मार्टिना आणि आज स्त्रीरूपाची तेजस्विनी... की रेणू?

आणि त्या रूपाच्या आविष्कारानं स्तिमित झालेले विजय...

कधी कधी माणूस अशा एका जागेवर पोचतो की जिथे आजवरचा सारा फोलपणा जाणवू लागतो. असाच एक क्षण आज समोर उभा होता. अशा वेळी मागचे सर्व चुकीचे रस्ते लख्खपणे आपल्यासमोर उभे राहतात. विजय आज अशाच क्षणांना सामोरे जात होते.

मैत्रीचा अर्थ नव्यानं समजला होता. आभाची व आपली मैत्री आहे असे ते समजत होते. पण आज महेंद्र आणि तेजस्विनी यांच्या मैत्रीतून समजलं होतं की, आभा ही त्यांची जीवनाची एक वेडी आकांक्षा होती. लहानपणापासून त्यांनी सहजीवनाचं जे स्वप्न रंगवलं होतं...

एका पोरक्या मुलाचं आकाशाला भिडण्याचं स्वप्न त्यासाठीच. सर्व सामाजिक संकेतांना धुडकावून आभाशी केलेली मैत्री... की मैत्रीच्या नावाखाली लपलेली वासना. अधिकार गाजवण्याचा जडलेला हव्यास! बुद्धीचा अहंकार. आभा आणि आपण यामधले साम्य एकच... ते म्हणजे जिद्द! लग्न करता आलं नव्हतं तरी आपलं स्वप्न त्या दोघांनी वेगळ्या मार्गानं पूर्ण केलं होतं.

आज विजयना सारा फोलपणा जाणवत होता. जे करण्यात तृप्ती वाटत होती. ते सारं हात जोडून समोर उभं होतं. पण तेजस्विनीची कहाणी ऐकल्यापासून...

की त्यापूर्वीपासूनही... आभाच्या स्वभावातली विसंगती जाणवू लागली होती.

'तू रेणूशी घटस्फोट घे. आपण लग्न करू.'

नाहीतरी रेणू तुला नकोच होती ना? त्या घरात राहणाऱ्या रेणूचा, घर सोडून गेलेल्या रेणूचा- आभा विचारच करत नव्हती. याउलट रेणूनं अधिकार असूनही- कधी तो गाजवला नव्हता! प्रश्न विचारले नव्हते. संसार मोडला नव्हता...

—आभाशी प्रेम? रेणूशी घटस्फोट?

आपलं प्रेम खरं असल्याचा दावा आभा करत होती. प्रेम खरं असेल तर संसार मोडण्याचा प्रयत्न आभानं करायला नको होता. एका स्त्रीनं, एका स्त्रीचा संसार उद्ध्वस्त करण्यास प्रवृत्त व्हावं!

स्त्री असून आभानं रेणूचा कधी विचारच केला नाही. ती आपल्यालाही समजून घेऊ शकलेली नाही. तरी आभा- एक समव्यावसायिक, एक बुद्धिमान म्हणून आपण रमलो का तिच्यामध्ये की फक्त अहंकार होता तो आपला? एक बुद्धिमत्तेशी मैत्री? आणि रेणूशी वैर. हे का केलं आपण? विजय विचार करत होते. त्यांना रघूची आठवण झाली. ते चमकले.

या रघूचं प्रेम आहे रेणूवर. लहानपणापासून आपण पाहतो आहोत; पण त्यानं ते तिला जाणवू दिलं नाही. त्याची मर्यादा त्यानं पाळलीय, हे पूर्ण माहीत असताना आपण रेणूवर जाणूनबुजून आरोप केले.

"हे मूल माझं कशावरून?" राजूच्या रूपानं आपली प्रतिकृती या घरात वावरत असताना हे शब्द आपण उच्चारलेच कसे? विजयना तेजस्विनीचे शब्द आठवले.

'स्त्री एकच गोष्ट सोसू शकत नाही. ज्यानं विश्वास ठेवायचा, त्यानंच जर चारित्र्यावर संशय घेतला तर ती स्त्री फुटते उरातून.' तेजस्विनी म्हणाली होती.

आपण तरी काय केलं? सर्व जाणत असूनही रेणूवर केवढे प्रहार केले? आपण ते शब्द उच्चारले आणि दुसऱ्या दिवशीच रेणूनं घर सोडलं. फुटून, उद्ध्वस्त होऊन घर सोडलं तिनं.

दोन वर्षं झाली. आपण चौकशी केली नाही. माणुसकीच्या नात्यानंही नाही. खरंतर माणुसकीचा पहिला अनुभव रेणूच्या घरातच घेतला आपण. तरी आपण आभावरचं प्रेम हा प्रेमाचा साक्षात्कार मानतो. आणि आपण तेजस्विनीला न्याय मिळवून देणार आहोत. स्त्रीचं मन... समजलं आहे आपल्याला? या सर्व विचारांनी विजय अस्वस्थ झाले होते. स्त्री-पुरुष मैत्री केवळ भावनेतूनच जपता येते. एक

विश्वास, एक आनंद असतो तो.

महेंद्र, तेजस्विनीनी या मैत्रीची उंची गाठली आहे. आपण? आपण मात्र... तरीही तेजस्विनीला न्याय देणार म्हणत आहोत. केवळ डिग्री मिळाली... म्हणून न्याय्य समजतं? ते तर कागदी शब्द... फक्त शब्द! त्यापलीकडेही काही असतं. जे पूर्वी कधी समजलं नव्हतं. समजून घ्यावं असं वाटलं नव्हतं. आज विजयना पलीकडचं जग स्पष्ट दिसत होतं. तेजस्विनीच्या रूपानं एक आरसा समोर उभा होता. त्यात एक लख्ख प्रतिबिंब होतं. जीवनाचं टवकारून बघणारं, ओंगळ, भेसूर, हिडीस! स्वत:चंच रूप बघून... त्यांचे तेच मनामधून शहारून जात होते. थिजत होते.

पहाटेच्या वेळी बागेमधून फिरत असताना, विजयना स्वत:चेच शब्द पेटत्या पलित्यासारखे अंगावर येत आहेत, असं वाटत होतं.

त्या रात्रीनंतर रेणू थोड्याच दिवसांनी रघूसोबत रत्नागिरीला गेली होती. तिचं घरात असणं अगर नसणं यांनी विजयच्या जीवनात काहीच फरक पडणार नव्हता. त्या रात्रीचा तो गाफील क्षण ते विसरूनही गेले होते. प्रयत्नानं!

त्यांच्या पराभवाची जाणीव करून देणारी रेणू, त्यानंतर रत्नागिरीला निघून गेली ही विजयना समाधान देणारी गोष्ट होती. ती घरात असती तर?

पण या प्रश्नाचा पाठलाग रेणूच्या रत्नागिरीला जाण्यानं आपसूक सुटला होता. त्यांचं जीवन पूर्ववत सुरू झालं होतं.

एका संध्याकाळी ते घरी परत आले तेव्हा रघू दिवाणखान्यात वाचत बसला होता. विजय आत येताच, तो उठून उभा राहिला आणि त्यांचा हात हातात धरून आनंदानं म्हणाला,

"अभिनंदन, विजय अभिनंदन!"

"कशाबद्दल?"

"अरे, तू कितीही नाटक केलंस, तरी मला माहिती होतं, की रेणूची जीत होणार. त्या पोरीशी किती दिवस फटकून वागू शकणार होतास?"

"तुला काय म्हणायचं आहे?" विजयनी त्रासिक स्वरात विचारलं.

"अरे, तू बाप होणार आहेस यार! रेणूच्या मुलाचा बाप! आहेस कुठं?" आनंदानं रघू म्हणाला.

"काय?"

विजयच्या पायाखालची जमीन हादरली. रेणूनं आपला पाश आणखीनच आवळला होता तर!

"कसं शक्य आहे?" ते कसेबसे म्हणाले.

"का शक्य नाही? तिथे रत्नागिरीला येऊन बघ. रेणू कसं लाजेचं फूल झालीय

ते? आणि तुझ्या मामींना तर तिला कुठे ठेवू न कुठे नको असं झालंय. आता ती येणार ते बाळाला घेऊनच! तिला खूप कडक डोहाळे लागलेत. मामी तिला लवकर पाठवणार नाहीत, असं दिसतंय. हो, पण मामींनी तुला मात्र बोलावलंय रत्नागिरीला. आपल्या या पराक्रमी जावयाची दृष्टच काढणार, त्या बहुतेक. बोल केव्हा येतोस? मी न्यायलाच आलो आहे तुला. लग्न झाल्यापासून तू आला नाहीस. मामींच्या मनाला ते लागून राहिलंय.''

विजय मान खाली घालून उभे होते. रेणूनं त्यांचा पराभव केला होता.

रघू म्हणाला, ''काय झालं विजय? तुला आनंद नाही झाला?''

विजय गप्पच होते. कोरडेपणाने ते म्हणाले,

''रघू, तिला सांग. एक मूल होणार आहे ना आता? मग परत त्या मुलाला घेऊन इथे येऊ नकोस. मामांची शेतीवाडी आहे. रत्नागिरीतच राहा. हवं तर मी पैसे पाठवेन.''

''विजय, अरे तुझं मूल ना? तुला इतकंही प्रेम नसावं? पण का?'' रघूनं कळवळून विचारलं.

''तुला असं वाटतं की, ही घटना प्रेमातून घडलीय? माझं प्रेम आहे आभावर; रेणूवर नव्हे. तुला ठाऊक नाही?'' विजय तोडून म्हणाले.

''विजय आभावर इतकं प्रेम होतं, तर रेणूशी लग्न करायचंच नव्हतंस? आभावर प्रेम होतं तर रेणूला जवळ करायचंच नव्हतंस? तुझं कमकुवत मन कुणावरच प्रेम करू शकणार नाही विजय. ना ऐलतीर, ना पैलतीर... असं होणार आहे तुझं. पण विजय, रेणूला दुखवू नकोस. कधी नव्हती इतकी आनंदात आहे ती! आणि मामीसुद्धा!''

''अशीच आनंदात ठेव तिला. पण इथे पाठवू नकोस. जा रघू. मला कारण विचारू नकोस. कारण तू जाणतोस.''

त्या शब्दांनी रघू स्तब्ध झाला होता. विजयचा त्याला राग आला होता. त्याला खूप बोलावं असं वाटत होतं; पण तो गप्प होता. रत्नागिरीला जाऊन काय सांगायचं हा प्रश्न होता. आज विजयना स्वत:चे शब्द फटकारत होते.

खरंच, ना ऐलतीर, ना पैलतीर. असंच वाहत चाललो आहोत आपण!

आभाचा हव्यास, आपला अहंकार- यामुळे ती दुरावत चालली आहे. ती आणि आपण संपूर्णपणे दोन व्यक्तिमत्त्वं आहोत. आपलं जीवन म्हणजे मृगजळापाठी धावणं होतं. प्रेमासाठी धावणं! पण खरं प्रेम तर रेणूच्या रूपानं घरातच होतं, चूपचाप जळत. प्रेम करणारी रेणू... घरात असताना, कस्तूरीमृगासारखं कुठे धावत आहोत?

विजय अस्वस्थ मनानं हिरवळीलगतच्या खुर्चीवर बसले होते. मंद प्रकाश

पसरत होता. सारी बाग सतेज, प्रफुल्लित झाली होती. गणपतनं चहाचा सरंजाम समोरच्या टेबलावर मांडून ठेवला होता. विजयना आठवत होतं.

दोन वर्षं रेणू रत्नागिरीत होती. मामी पुन:पुन्हा पत्र पाठवत होत्या. मुलगा झाल्याची तार आली होती. पण विजयनी उत्तर दिलं नव्हतं. अधूनमधून रघू येऊन रत्नागिरीची वार्ता सांगून जाई, तेवढाच बदल. एरवी विजय, आभा, त्यांची यशाची शिगोशीग भरून जाणारी दोन वर्षं भराभर पुढं जात होती आणि अचानक रघूसोबत रेणू मुंबईत आली. त्या संध्याकाळी ऑफिसमधून विजय घरी आले, तर घराचं स्वरूपच बदलून गेलं होतं. राजूची खेळणी, कपडे यांनी घर भरून गेलं होतं. गणपत, सारजा, रघू, रेणू... सारे जण दोन वर्षांच्या राजूमागं धावत होते. एरवी स्तब्ध, निश्चल असणारं घर या टोकापासून त्या टोकापर्यंत धावत होतं, हसत होतं.

दोन वर्षांच्या राजूला घेऊन रेणू परत आली होती. आपल्याच रूपाची प्रतिकृती राजूच्या रूपात घरात वावरताना बघून विजय अस्वस्थ झाले होते. रेणूनं मात्र त्यांच्या वर्तनाचा जाब विचारला नव्हताच. पूर्वीप्रमाणंच, आपली मर्यादा सांभाळत, ती घरामधून वावरत होती. ती मर्यादा राजूला कशी घालायची ते विजयना समजत नव्हतं. आपल्या दुडदुडत्या पावलांनी राजू घरभर धावत असे.

"डॅडी-"

विश्वासानं त्यानं धरलेला हात विजय कठोरपणानं सोडवत होते. रेणू त्यांचा पराभव होण्याचीच वाट पाहत होती. का? रोज सकाळी चहाचा ट्रे घेऊन गणपत खोलीत येई आणि आता पाठोपाठ राजू असे. चहा पिताना, त्यांच्या मांडीवर राजूला बसायचं असे.

"गणपत, घेऊन जा त्याला!"

रोज रात्री मुद्दामच ते उशिरा येऊ लागले. त्यांची वाट बघून राजू झोपी गेलेला असे. राजूच्या पाशात मन गुंतू नये म्हणून ते त्याच्याशी, स्वत:शी जास्तीत जास्त कठोर वागत असत. स्वत:च्याच घरामधला मोकळेपणा राजूच्या येण्यानं संपून गेला होता.

या रेणूनंच हे प्रसंग ओढवून आणले होते. त्यांच्या जीवनात आगंतुकपणे येऊन, या मुलीनं सारं जीवनच बेसूर करून टाकलं होतं. न बोलता, चूपचाप राहून, ही रेणू त्यांचा पुन्हा पराभव होण्याची वाट बघत होती.

या विचारांनी, त्यांचा संताप उफाळून येत होता आणि त्या भरात, अभावितपणे मनामधली गरळ, शब्द बनून बाहेर पडली होती. ते शब्द, त्यामधला विखार आता या क्षणी सकाळच्या वेळी बागेत बसलेल्या विजयना भाजून काढत होता.

"कशावरून हे मूल माझं आहे? तिथे रत्नागिरीत तो रघू होता. तू होतीस... त्या रघूचं प्रेम आहेच तुझ्यावर. तुला परत पाठवू नकोस, असं मी निक्षून त्याला

सांगितलं होतं. का परत आलीस? माझं सुख नष्ट करायला?''

त्या शब्दांनी रेणू वादळवेलीसारखी थरथरली होती. धरतीसारखी निश्चल झाली होती.

उरी काटा रुतलेल्या पाखरासारखी कळवळून गेली होती. आणि... आणि... उच्चारही न करता शांतपणे राजूसह तिनं घर सोडलं होतं.

दोन वर्षं झाली त्या घटनेला.

रघूही त्यानंतर आला नव्हता. आज त्या घटनांकडे विजय तटस्थपणे पाहत होते. ती रेणू निघून जायला हवी होती, ती निघून गेली होती. पण त्या जाण्यामागची तगमग आज तेजस्विनीनं जाणवून दिली होती.

'सर, स्त्री सारे अन्याय मुकाट सोसते. एकच गोष्ट सोसू शकत नाही, चारित्र्यावर घेतलेला संशय. या संशयापायी सीतेनं अग्निपरीक्षा दिली; वनवास सोसला; मातृत्व जपलं. शेवटी धरतीत विलीन झाली. आम्ही आजच्या स्त्रिया धरतीत विलीन होणार नाही. संपवून टाकावं हे जीवन... असं वाटलं तरी सारी शक्ती निर्धारानं गोळा करून पुन्हा घट्ट पाऊल रोवून, आम्ही धरतीवर उभ्या असतो. ज्या दिवशी प्रशांतनं माझ्या संशय घेतला, त्या दिवशी मी घर सोडलं. मी जगते आहे. कारण मी जगणं ही माझ्या मुलीची गरज आहे.'

तेजस्विनीचे शब्द समोरच्या हिरव्या गवतावरच्या पानापानांवर उभे होते. त्या गवताच्या पात्यांना आज धार चढली होती. त्या गवतपानांकडे पाहणं अपराधी वाटत होतं.

"साहेब, उन्हं वर आलीत. घरात चला-'' सारजाबाई चहाचा ट्रे उचलत होती.

"अं. हो. चला-'' भानावर येत विजय म्हणाले.

"साहेब, जेवायला काय करू?'' तिनं विचारलं.

"तुम्हाला जे आवडेल, ते करा. आज तुमचा मेन्यू.'' विजय हसत म्हणाले.

आज या साहेबांना काय झालंय? ट्रे नेता नेता सारजाबाई विचार करत होती.

कितीतरी दिवसांनी विजय आज घरात होते. अंघोळ आटोपून ते रेणूच्या खोलीत गेले. गणपतनं खोली नेटकी ठेवली होती. राजूच्या छोट्या कॉटवर त्याची खेळणी मांडून ठेवली होती. भिंतीवर राजूचे फोटो होते.

जागोजागी राजूचं अस्तित्व जाणवत होतं.

—"डॅडी झोका घाला. डॅडी फूल घ्या. डॅडी चॉकलेट. टाऽटा.''

राजूचे शब्द आठवत होते. एक निरागस विश्वास बिलगू पाहत होता.

आणि विजयनी तो कठोरपणानं तोडला होता. करड्या, कोरड्या नजरेनं त्याला दूर केलं होतं.

लहानपणी आप्पांची नजर अशीच करडी असे. त्या करड्या नजरेकडे कधी

पाहताच आलं नव्हतं. केळीच्या फोकानं लहानग्या विजयला बडवून काढणारे आप्पा! त्यांच्या कोरडेपणातून, पोरकेपणा केविलवाणेपणानं मनात घर करून गेला होता.

त्या पोरकेपणावर मात करायची म्हणून तर पैशाचा हव्यास, अहंकाराचा मुखवटा चढवला होता. पण पोरकेपण संपलं कुठे? ते संपवायचं तर, राजूवर प्रेम करता यायला हवं होतं. बिचारा राजू...!

जो आपला मुलगा...

त्याला आपण पोरकं केलं! इतके कठोर कसे झालो? राजूच्या फोटोकडे, खेळण्यांकडे बघताना विजयचे डोळे भरभरून वाहत होते. मनातली जीवघेणी वेदना न सोसवणारी होती.

'सर, या माझ्या मुलीवर, प्रशांतचं थोडंसुद्धा प्रेम नाही. त्यानं सदैव रागच केला तिचा. राग माझ्यावर असायला हवा होता ना! आशूवर कशासाठी? तरीही मला संसार मोडायचा नाही. संसार जपायचा असतो. विजय, मोडणं फार सोपं असतं. निभावून नेणं फार अवघड! तरी मी वाट पाहतेय - खऱ्या प्रशांतची. माणूस इतका बदलू शकणार नाही. अनुभव इतका फसवा असणार नाहीच.'

तेजस्विनीच्या त्या शब्दांसरशी विजयना मनावर आसूड बसत होते.

राग रेणूवर असायला हवा होता. राजूवर का?

आणि रेणूवर तरी का?

केवळ तिनं प्रेम केलं म्हणून?

विजयना त्या खोलीत बसवेना. राजू! राजूसाठी मन आक्रंदत होतं. साऱ्या घरावरून त्यांची नजर फिरत होती. पूर्वी त्या नजरेत अहंकार, दरारा होता. त्या नजरेच्या भीतीनंच साऱ्या निर्जीव वस्तू जागच्या जागी स्तब्ध उभ्या असत. आज मात्र ते घर आपलं वाटत होतं. स्नेह देत होतं. साऱ्या भिंती, कोपरे, कोनाडे स्नेहाची उधळण करत होते. न बोलता, खूप काही सांगत होते. ते समजून घेऊन, विजय बेचैन होत होते.

संध्याकाळच्या वेळी आरामखुर्ची गॅलरीत टाकून विजय विसावले होते. सारजा, गणपत समोरच्या बागेला पाणी घालत होते. 'आज झालंय तरी काय?' असं मनातून म्हणत होते. विजय बघत होते. सायलीचा सारा वेल धुऊन निघत होता. धूळ निघून जाऊन, पानं सतेज ओली झाली होती. सारा वेल कळ्यांनी भरून गेला होता. थोड्याच दिवसांनी फुलांनी गच्च भरून जाणार होता. विजयना सायलीचा फुललेला भरगच्च गजरा आठवला. त्याचा स्पर्श, गंध, मनाला व्याकूळ करून गेला. त्यांनी खुर्चीवर मान टेकवली. डोळे मिटून घेतले. पापणीतून निसटणारे अश्रू गालांवरून बेबंद वाहत होते. त्या अश्रूंनी आजवर स्वतःला कोंडून

घेतलं होतं. कधी मुक्तपणे बाहेर पडलेच नव्हते, त्या अश्रूंनीच आज त्यांचं पोरकेपण संपवलं होतं.

मन:स्वास्थ्य!

कुणावर अन्याय करून, मन:स्वास्थ्य थोडंच मिळतं? मन:स्वास्थ्य मिळतं आपल्या माणसात मिसळून गेल्यानंतर. तेजस्विनीला योग्य मार्ग दाखवायचा असेल तर... प्रथम स्वत:ची वाट शोधता आली पाहिजे. जो स्वत: भटकतो आहे, त्याला इतरांना मार्ग दाखवण्याचा अधिकारच कोणता?

या विचारांनी विजयचं मन शांत झालं. त्यांनी समोर नजर टाकली. त्या वाटेवर रेणूनं फुलांची पखरण पसरली होती, कधीचीच! उंच उंच वृक्षांनी त्या वाटेवर सावली धरली होती. पक्षी कूजन करत होते. रानफुलं निरागस हास्य ओसंडून, उधळत होती.

किती जवळ होती ही वाट! अगदी समोरच. तिची वळणं, घाट किती परिचित होते. परिचित असूनही दूर... पावलाला काटा टोचला तरी कळवळणारी रेणू... केव्हापासून रेणू तिथे उभी होती... तिथवर पोचायला आधीच उशीर झाला होता. विजयना लवकरात लवकर तिथे पोचायचं होतं. पण त्यापूर्वी तेजस्विनीचा गुंता पूर्ण उकलायला हवा होता. त्यासाठी पुण्यात जाऊन प्रशांतला भेटायला हवं होतं. त्या रात्री झोपताना ते गणपतला म्हणाले, ''गणपत, सकाळी लवकर उठव. मी पुण्याला जाणार आहे.''

सकाळी विजय पोर्चमध्ये उभे होते. धूसर पहाट बागेत उतरली होती. धुक्याचं अवगुंठन घेऊन, ती समोर उभी होती. थोड्या वेळानं सूर्यकिरणं पानापानांवरून ओघळत त्या वाटेवर उतरणार होती. घुंगरांचा ताल देत, नव्या दिवसाचं स्वागत करणार होती. समोरच्या प्रसन्न वाटेकडे बघून विजयचं मन आनंदानं भरून गेलं होतं. गाडी पुण्याच्या दिशेनं धावत होती.

रत्नागिरी—

रत्नागिरी फूड प्रॉडक्ट्सच्या भव्य इमारतीच्या ऑफिसमध्ये रेणू बसली होती. काचेच्या रुंद टेबलावर कागद व्यवस्थित रितीनं ठेवले होते. बाजूलाच मोठ्या काचेच्या कपाटात आंबा, कोकम, जांभूळ यांच्या सरबतांच्या बाटल्या होत्या. आंब्याचे मुरांबे, जॅम यांचे सीलबंद डबे, आंबा, फणसांच्या वाळवलेल्या साटीचे पॅकेट्स, खारवलेले काजू हारीनं मांडून ठेवले होते. फणस, केळ्यांचे काप सुकवून वेफर्सप्रमाणे कागदी पिशव्यांत भरून ठेवले होते. आमरस, मँगो पल्प यांचे आकर्षक डबे उभे होते. रेणू समोरचे कागद बघत होती.

''ताई, आंब्याचा हलवा आणि काजूची बर्फी तयार झालीये. बघता?''

अनंता - रत्नागिरी फूड प्रॉडक्ट्सचा मॅनेजर अदबीनं विचारत होता. तेवढ्यात

रघू आत आला.

"डॉक्टरसाहेबांना दे. त्यांना खरी चव समजते." रेणू हसत म्हणाली.

"काजूची बर्फी?" रघू बर्फी तोंडात कोंबत म्हणाला.

"सूपर्ब! काय छान बर्फी आहे. आता ही नवीन मिठाई चांगलं नाव कमावणार. सगळे हलवाई बाराच्या भावात निघणार बघ. अजून कुणीच हे प्रॉडक्ट बनवलं नाही. ग्रेट आहेस रेणू."

"खरी कमाल तर ही बघ!" कागद रघूसमोर धरत रेणू म्हणाली.

"अरे, चक्क आपला माल आता लंडनला निघालाय. परवा इथले भिडे लंडनला गेले. तेव्हा त्यांच्यासमोर भेट म्हणून सर्व नमुने मी भरपूर दिले होते. आणि सोबत ही खास सुबक छपाईची माहितीपुस्तकं, यात सर्व माहिती आहे. दर दिले आहेत. मला कल्पना नव्हती इतकी भिड्यांनी आपल्या मालाची जाहिरात केली आणि त्याची पावती म्हणजे लंडनहून एल्को कंपनीने पाठवलेली ही ऑर्डर! रघू, आज माझ्या दादांचं स्वप्न पूर्ण झालं. रत्नागिरीच्या मुलांनी रत्नागिरीतच परत यावं आणि शिक्षणाचा उपयोग करून रत्नागिरीचं नाव देशभर गाजवावं, असं दादांना वाटायचं! केवळ दोन वर्षांत इतकं नाव मिळालं, यश मिळालं हा सारा दादांचाच आशीर्वाद. या वास्तूची पुण्याई. दोन वर्षांपूर्वी राजूला घेऊन इथे आले... किती उद्ध्वस्त झाले होते मी! पण या नारळी-पोफळीच्या झावळ्यांनी माझ्या मनावर फुंकर घातली. ही ओकीबोकी कुळागरं माझ्या जीवनाचं प्रतीक वाटली मला. मी त्यात जान ओतायचं ठरवलं. ही दादांची वास्तू! न बोलता मला धीर देत होती, वाट दाखवत होती. ही वास्तू जणू माझी वाटच बघत होती. या परिसराचं बदलून गेलेलं रूप बघून, माझा मझ्याच नजरेवर विश्वास बसत नाही. आज या परदेशाहून येणाऱ्या मागणीनं वाटतं की, आज माझ्या दादांचं स्वप्न पूर्ण झालं."

रेणूचा आवाज गदगदला होता. डोळे भरून गेले होते. मोगरीचा हार घातलेल्या फोटोमधील मामांचे डोळे समाधानी वाटत होते.

"हं, चला घरी. जेवायची वेळ झाली. फूड प्रॉडक्ट्सनं पोट भरत नाही." रघू म्हणाला.

रेणू आणि रघू कुळागरातून घरी निघाले होते. फूड-प्रॉडक्ट्सचा कारखाना आणि रेणूनं नवीन बांधलेलं घर, यांच्यामध्ये हिरवंगार कुळागर होतं. खळखळतं पाणी पाटामधून वाहत होतं.

"रेणू, मामांच्या जिवाला केवढं समाधान वाटत असेल! केवढं कर्तृत्व या दोन वर्षांत गाजवलंस तू! वाळून गेलेल्या या शेतीवाडीत रंग भरलास. वेगवेगळ्या कल्पना लढवून हे फूड प्रॉडक्ट्स उभं केलंस. इथल्या वस्तूंना वेगळं रूप दिलंस; इथल्या माणसांना काम मिळालं. मला खूप अभिमान वाटतो तुझा रेणू!" रघू बोलत

होता. ''मामी तृप्त आहेत. राजूचं शिक्षण सुरू आहे. माझं हॉस्पिटल जोरात आहे. तू कामात गुंतवून घेतलं आहेस-'' रघू आनंदानं म्हणाला.

''दोन वर्षं, कशी गेली समजलंच नाही. रघू, तुझा आधार नसता ना, तर मी उभीच राहू शकले नसते. फार जपलंस तू मला.'' रेणू हळुवार बोलत होती.

''अलीकडे काही वेळा वाटतं मला रघू की, काही जन्म केवळ देणी देण्यासाठीच असतात. म्हणजे मी विजयची देणेदार. आणि तू माझा देणेदार.''

काहीच न बोलता रघू फक्त हसला.

''रेणू, आपण इथे सुखात आहोत. पण तिथे विजय?''

''हां रघू, कशाला नाव घेतो आहेस उगीच? एक वेळ अशी होती की, त्यांच्यावरून मी जीव कुरवंडून टाकला होता. आयुष्यभर जपणार होते मी त्यांना. पण त्यांना माझी गरजच नाही हे समजलं त्या दिवशी मी घर सोडलं. माझ्या आईला, मुलाला माझी गरज आहे. इथे एक शैशव फुलतं आहे. एक वृद्धत्व थकून विसावलं आहे. ही शेतीवाडी, ही रत्नागिरी यांना माझी गरज आहे. आणि ही सारी आव्हानं पेलून उभं असणं ही माझी गरज आहे. आम्ही स्त्रिया नदीसारख्या असतो. उधाणून प्रेम करतो तेव्हा सावरायला किनारे अपुरे असतात आणि कोरड्या होतो तेव्हा भूगर्भही आटून जातात. विजयच्या बाबतीत असं झालंय माझं.''

रेणूचा चेहरा बोलण्याच्या श्रमानं आरक्त झाला होता.

''पण रेणू मी खात्रीनं सांगतो, विजय परत येणार. पैशाच्या मागं धावणारे कधीच तृप्त होत नसतात. कितीही मिळाला तरी अपुरी असते, अशी एकच गोष्ट- पैसा. तो मिळवण्यात साहस वाटतं, कैफ वाटतो. आणि त्यासाठी माणूस वाट्टेल ते साहस करतो. स्वत:च्या नात्यांचा दु:स्वास, हेवेदावे, खून इथपासून ते आज भ्रष्टाचाराच्या चिखलात रुतलेला हा सभोवतालचा समाज बघ. या दलदलीत रुतलेल्या समाजाची सारी मूल्यंच हरवली आहेत. पैसा हवा, वैभव हवं आणि ते विनासायास मिळावं व मिळवता येतं हे एकदा समजलं की माणूस त्याचं माणूसपण विसरतो. सद्‌गुणांची पारख करू शकत नाही. आणि या वेडापायीच विजयनं तुला दुखवलं. पण दमछाक झाली की आपसूक समजेल, कस्तूरी जवळ असूनही गंधासाठी बेभान होऊन धावणाऱ्या मृगाची अवस्था किती दु:खकारक असते.''

''रघू, खरंतर नको असताना विजयना माझ्याशी लग्न करावं लागणं हेच साऱ्या दु:खाचं मूळ आहे. अनेक गोष्टींची मला कल्पनाच नव्हती.''

''अनेक गोष्टी म्हणजे?'' रघूनं विचारलं.

त्याची नजर टाळत रेणू म्हणाली, ''अनेक गोष्टी? आभा आणि विजयचं प्रेम होतं... शिवाय...

जाऊ दे रघू. समजूनसुद्धा आता त्या अनेक गोष्टींचा उच्चार करणं म्हणजे त्या सुरेख शिल्पाचं पावित्र्य कमी करणं. तुझ्या माझ्या नात्याला कोणतंही माप असणारच नाही. एखादा शिंपला असा मिटलेलाच असावा. खरं सौंदर्य त्यातच नाही?''

''पण रेणू, माझा प्रश्न राहिला तसाच. उद्या, विजय परत आला तर?'' रघूनं विषय बदलला.

''नाही रघू, तो मार्ग आता फार दूर राहिला. फार दूर. तुला वाटतं, तसं ते परत आलेच तर? तर त्यांना इथे राहावं लागेल. जिथे त्यांच्या मामांचं स्वप्न राजू पूर्ण करणार आहे. आणि माझा प्रश्नच उरला नाही. मी उरलेच आहे कुठे? संपून गेले आहे. केव्हाच!''

''मघाशी म्हणाले ना मी? नदीसारखीच स्त्री असते. प्रेमापायी कड्यावरून कोसळून घेते तेव्हा वीज थरकते तिला त्या वेळी बघून. कधी किनाऱ्यांना जपत, सौम्य वाहते आणि कोरडी शुष्क झाली, तरी आत आतले उमाळे जिवंत ठेवते. स्वत:चं गोड पाणी सागरात मिसळून स्वत:चं रूप, चव बदलते. विलीन होते विशाल सागरात. पण कठोर झाली तर वज्राहूनही कठीण होते. मी परत जाण्याचा तो रस्ता आता बंद झाला आहे. त्यांनी बंद केला आहे, मी नव्हे.''

असं म्हणणाऱ्या रेणूचं व्यक्तिमत्त्व संधिप्रकाशात उंच उंच होत पार माडांच्यापेक्षा उंच पोचलं होतं.

''रेणू, याचा अर्थ विजयवरचं तुझं प्रेम संपलं? किती झालं तरी त्याच्यामुळेच राजूसारखा मुलगा तुला मिळाला आहे. जगण्याचं एक साधन. एक आव्हान,'' रघूनं विचारलं.

समोरच्या संधिप्रकाशावर नजर खिळवून रेणू म्हणाली,

''फक्त मूल? फक्त मूल हे साऱ्या तपश्चर्येचं फळ? मूल होणं ही निसर्गाची किमया आहे रघू. मूल भिकारणीला होतं, वारांगनेला होतं, विधवेलाही मूल होतं. पुरुषानं लहरीखातर उपभोगलेल्या क्षणाची किंमत... आणि कदाचित त्या क्षणी अगतिक असणाऱ्या स्त्रीची कूस जेव्हा उजवते तेव्हा ते तिच्या जगण्याचं साधन मानशील तू? त्या मुलाला उघडनागडं दाखवून, पोटासाठी भीक मागून जगण्याचं साधन अगतिक स्त्री करू शकते. केवळ मूल आहे, म्हणून पोटगी तोंडावर फेकणारे पुरुष आणि मुलासाठी तडजोड मान्य करणारी अगतिक स्त्री... यामध्ये मूल हे आसरा बनतं जगण्याचा!

पण माझं तसं नाही रघू. राजूची आई म्हणून माझं प्रेम आहे राजूवर... जिवापलीकडे. पण हा राजूच... समोर दिसला की एक डंख बसतो काळजावर. ते माझ्या प्रीतीचं फळ आहे रघू, तर विजयच्या दुबळ्या मनाची ती खूण आहे. दुबळा

क्षण भेकडपणे नाकारणाऱ्या पतीची ती खूण आहे.''

''रेणू...'' रघूनं तिला थांबवण्याचा प्रयत्न केला.

''आज बोलू दे मला रघू. अडवू नकोस. म्हणूनच मी परत जाणार नाही. माझं प्रेम आहे त्यांच्यावर जिवापलीकडे. म्हणूनच जळण्याचं व्रत मी चूपचाप घेतलं आहे. अशी जळेन की हुंदकाही उमटणार नाही. की त्या जळण्याचा दाह इतरांना पोचणार नाही.

रघू, मी कधीच कुणाला सांगितलं नाही. मला आवडत नाही भावनांचं प्रदर्शन! त्या घरात मी गेले. त्यांनी आखून दिलेली मर्यादा मी मानली. कधी ओलांडली नाही माझी चौकट... पण एकदा तेच आले. मला वाटलं, माझ्या तपश्चर्येचं फळ मिळालं. समर्पण करताना थोडीदेखील मागं वळले नाही. देहावर उमललेली लक्ष फुलं त्यांना अर्पण करताना केवढी मोहरून गेले होते मी!

जीवनामधला पहिला सुखद अनुभव... पण ते सुख भोगून आलेली तृप्ती उतरायच्या आतच झटकून, फेकून निघूनही गेले. तो अपमान विसरण्याचा मी प्रयत्न करते आहे. राजूच्या रूपानं समोर वावरत आहे... ते प्रेम नव्हे... ते आहे माझं मातृत्व... मातृत्वाच्या भावनेनं राजूवर माया करताना, माझ्या मनामधली दुखावलेली स्त्री थोडी शांत होते.''

रेणू अनावरपणे बोलत होती.

कातरवेळ काळोखात विरत चालली होती.

◆

१२

हॉटेल कॅसलरॉकमधली शनिवारची संध्याकाळ! तेजस्विनी ॲडव्होकेट विजयची वाट बघत उभी होती. मनात विचारांचं थैमान होतं. आज तिसरा शनिवार होता. आज या खटल्याच्या कहाणीचा शेवटचा भाग तेजस्विनी सांगणार होती. त्यानंतर विजय काय निर्णय देतील? निर्णय काही असो, माझी आशू मात्र मी गमावणार नाही. सारी शक्ती पणाला लावेन त्यासाठी. आशूच्या वियोगाच्या कल्पनेनंसुद्धा तेजस्विनी व्याकूळ झाली.

विजय आले, तसे ते दोघं तिनं रिझर्व्ह केलेल्या टेबलाकडे गेले. थोडा वेळ शांततेत गेला आणि दोघांनी एकदमच एकमेकांकडे पाहिलं.

''अंहं, आज काही सांगू नका,'' विजय म्हणाले.

''पुढचं सारं मी समजून घेतलेलं आहे. आज कहाणीचा शेवट मी सांगणार

आहे. ऐकाल?''

"शेवट?'' तेजस्विनी आश्चर्यानं म्हणाली.

"हो. घटस्फोटाचा आणि मुलीचा ताबा मागण्याचा जो प्रस्ताव डॉ. प्रशांतनं तुम्हाला पाठवला तो वाचला मी! तुमची कहाणीही ऐकली. खरंतर हा प्रस्ताव तुम्हीच या आधी त्यांना पाठवायला हवा होता. इतक्या मानसिक यातना तुम्ही भोगल्या आहेत. पण तुम्ही सोसत गेलात. ज्या स्त्रीनं केवळ दोन वर्षांतच मुंबईत इतकं स्थैर्य, नाव मिळवलं, तिनं इतकं दुबळं का मानावं स्वतःला? बरं आता प्रस्ताव त्यांनी पाठवला आहे तरी तुम्ही दूर का पळता? तुम्ही एक कमावती स्त्री. एक डॉक्टर. शिवाय हे लग्न टिकवूनही सुखी होणार आहात का? की प्रशांत दुःखी होणार आहे? कोणती भीती वाटते आहे तुम्हाला.''

तेजस्विनीच्या डोळ्यांतून अश्रूंची धार लागली होती.

"भीती? एकटेपणाची भीती मला नाही. आई-वडिलांची एकुलती एक मुलगी म्हणून घरात मी एकटीच होते. लग्न झालं आणि प्रशांत बदलला. त्याच्या आई-वडिलांनी मला कधी समजावून घेतलंच नाही. आशूचा जन्म, तिचं मोठं होणं... सारं मी एकटीच बघते आहे. माझं यश, कर्तृत्व... तसं माझं एकटीचंच. मला भीती एकटेपणाची नाहीच विजय-''

"मग?''

"हा डाग एकदा बसला कपाळावर की समाज डोळे वटारून बघायला लागतो. जिला एका पुरुषानं समजावून घेतलं नाही... तिला समाज कधी समजूच शकणार नाही. तो पुरुष, तो तिच्या जिवाचा जिवलग होता, तोसुद्धा कठोर होतो... समाजानं दया दाखवून का समजून घ्यावं? समजून घेणं सोडा सर, पण घटस्फोटित स्त्री ही समाजाची मालमत्ता समजणारे, मनुष्य देह धारण केलेले महाभाग सभोवताली सज्ज असतात. त्यांचं काय करायचं?

घटस्फोटानं तिचं स्वतंत्र व्यक्तिमत्त्व तिला परत मिळेल. कदाचित ती तिच्या गुणांना फुलवू शकेल, पण या स्वातंत्र्याची फार जबरदस्त किंमत स्त्रीला मोजावी लागते.

प्रशांतचं तसं होणार नाही. त्याला आई-वडिलांचं, पैशाचं आणि पुरुष असण्याचं सुरक्षित कवच आहे.

अमृता प्रीतम, माझी आवडती लेखिका! त्यांनी फार सुंदर वर्णन केलं आहे. त्या म्हणतात, 'पुरुष हा रंगीत कपड्यासारखा असतो, तर स्त्री ही शुभ्र चादरीसारखी! थोडाही डाग तिचं जीवनच मळवून टाकतो. समाज तर डाग द्यायला सज्जच असतो.''

तेजस्विनीच्या बोलण्यात कडवटपणा होता.

ती पुढं म्हणाली, ''विजय, अशा स्त्रीकडे फक्त पुरुषच विकृत नजरेनं पाहतात असं नाही, तर तिच्या सभोवतीच्या स्त्रियादेखील त्या स्त्रीला समजून घेत नसतात. तिचं स्वातंत्र्य, तिची गुणवत्ता, सारं बघून मनातल्या मनात एक ईर्ष्या मनात जागते... एक असूया... आणि त्या असूयेतून दृष्टी बदलून जाते त्यांची त्या स्त्रीकडे बघण्याची. तिचं उठणं, बसणं, वागणं, फिरणं... सारंच त्यांना बेबंद वाटायला लागतं... पण त्यांच्यासमोर वावरणारी ती दुर्दैवी स्त्री मनातून दुःखी असते... तिच्या हरवलेल्या गृहिणीच्या रूपासाठी... ती उद्ध्वस्त असते... मनातून, तिच्या कपाळावर लागलेल्या या तप्त मुद्रेसाठी. या स्त्रीला समाज समजून घेत नाही विजय. या समाजात वावरणं, स्वतःचं एक स्थान पुन्हा निर्माण करणं... यासाठी स्त्रीला फार मोठा संघर्ष करावा लागतो आणि विजय, मी इतकी थकून गेले आहे की, आता नवीन आव्हानांना तोंड देऊ शकणार नाही, असं वाटतं.''

तेजस्विनीचा चेहरा दुःखानं, काळजीनं भरून गेला होता. तिला शांत करत विजय म्हणाले,

''जीवन म्हणजे संघर्ष. शेवटच्या क्षणापर्यंत संघर्ष. घटनांशी, व्यक्तींशी, मनाशी, भावनांशी संघर्ष. आणि स्त्री-पुरुष असा फरक नाहीच आणि असेलच तर स्त्रीनं सर्वशक्तिनिशी ते सारं आव्हान पेलावं ना!''

विजय पुढं म्हणाले, ''तेजस्विनी, असा सल्ला देणं वकिलाला खूप क्लेशदायक होतं. शक्यतो समझोता हवा असतो आम्हाला. माणसामाणसांतले तणाव संपून समाज मूल्यं जपत, माणसानं सुखानं जगावं, म्हणून तरी आमचा प्रयत्न. पण मी सांगतो तुम्हाला की, प्रशांतनं माणुसकीच्या भावना पार संपवून टाकल्या आहेत. दोन दिवसांपूर्वीच मी पुण्याला जाऊन त्याला भेटून आलो.''

''तुम्ही?'' तेजस्विनीनं आश्चर्यानं विचारलं.

''हो. त्याच्याशी काय बोलणं झालं ते विचारू नका. पण हा प्रस्ताव स्वीकारा इतकंच मी सांगेन. या क्षणी स्त्रीमनाला होणाऱ्या वेदनाही मी समजू लागलो आहे आता. जीव झोकून प्रेम केलंत त्याच्यावर, पण अपात्री दान झालं ते. तरी त्या झोकून देण्याची निशाणी, आशू आहे ना तुमच्याजवळ!''

विजय कमालीच्या हळव्या स्वरात बोलत होते. त्यांचं त्यांनाच नवल वाटत होतं.

''म्हणजे आशू? आशू माझीच असणार ना?'' अधीरतेनं तेजस्विनीनं विचारलं.

''हो, तुमच्याइतकं प्रेमानं दुसरं कोण जपणार आहे तिला? आणि तुम्हाला जपणारा महेंद्र आहे, मी आहे, तुमचे पेशंट्स आहेत आणि शेवटी जपायचं असतं ज्याचं त्यानंच स्वतःला. आत्मविश्वासानं! सोमवारी ऑफिसात या. काही पेपर्स पुरे

करू. एक अवघड ऑपरेशन वेळेवर पार पाडता ना, तसं समजा. जखम दुखावणारच. पण जखम कालांतरानं भरूनही येते, हे मी डॉक्टरांना सांगावं? तुमचं काम पूर्ण करून, मलाही रत्नागिरीला जायचं आहे. लवकरात लवकर.''

''रेणूला भेटायला?''

तेजस्विनी रडता रडता हसली.

''मला कसं समजलं याचं आश्चर्य वाटलं ना? स्टेलानं सांगितलं थोडं आणि मार्टिनानं खूपसं. ती पेशंट आहे माझी आणि त्यांनी न सांगितलेलं मी समजू शकते. कारण रेणू आणि मी फारसा फरक नाहीच.''

''खरंच तेजस्विनी, तुम्ही भेटला नसतात तर मीही खूप चांगलं गमावलं असतं आयुष्यात. जसाजसा तुम्हाला समजून घ्यायला लागतो, तसातसा मी स्वतःला ओळखू लागलो; रेणूला ओळखू लागलो. लख्ख प्रतिबिंब दिसत होतं आमचं तुमच्या कहाणीत! माणसांचं मन कसं असतं पाहा. ज्या वाटेवरून तो जात असतो ना, ती वाट त्याला आवडत नसते कधी. त्याचं लक्ष असतं समोर दिसणाऱ्या वाटेकडे. कारण ती वाट त्याला कधीच भेटणार नसते.''

तेजस्विनीला ते ऐकून आठवलं. ती म्हणाली, ''कवी अनिलांच्या दोन ओळी आठवतात मला. ते म्हणतात,

'तिनेच कदाचित गेलो असतो तर?
ही कदाचित मिटली असती.
तसे व्हावयाचे नव्हते.
हीच माझी वाट होती!'

जाऊ दे विजय. काही वाटा हरवल्या. काही जुळल्या. जीवनाचा प्रवासच अनोखा आहे?''

दूरवर निळा समुद्र सळसळत होता आणि धूसर क्षितिजाकडेच साऱ्याच वाटा विलीन झाल्या होत्या.

◆